MW01485459

Printed in the USA

Yoruba Language:
The Yoruba Phrasebook and Dictionary

BY ABENI ADEOLA

Contents

1. THE BASICS a. Numbers	1. Ni Ibere a. Awọn nọmba
One (1)	òkan
Two (2)	èjì
Three (3)	ẹ̀ta
Four (4)	ẹ̀rin
Five (5)	àrún
Six (6)	ẹ̀fà
Seven (7)	èje
Eight (8)	ẹ̀jọ
Nine (9)	ẹ̀sán
Ten (10)	ẹ̀wá
Eleven (11)	òkanlá
Twelve (12)	èjìlá
Thirteen (13)	ẹ̀talá
Fourteen (14)	ẹ̀rinlá
Fifteen (15)	ẹ́ẹdógún
Sixteen (16)	ẹ́ẹ́rìndílógún
Seventeen (17)	eétàdílógún
Eighteen (18)	eéjìdílógún
Nineteen (19)	oókàndílógún
Twenty (20)	ogún
Thirty (30)	ọgbọ̀n
Forty (40)	ogójì
Fifty (50)	àádọta
Sixty (60)	ọgọ́ta
Seventy (70)	àádọ́rin
Eighty (80)	ọgọ́rin
Ninety (90)	àádọ́rùn
One hundred (100)	ọgọ́rùn
One thousand (1000)	ẹgbẹ̀rún
Ten thousand (10.000)	ẹgbàárùn
Fifty thousand (50.000)	aadọta ọkẹ
One hundred thousand (100.000)	ọkẹ́ marun
One million (1.000.000)	ẹgbẹ̀ẹgbẹ̀rún

Ordinal numbers	Awọn nọmba ọdina
First	akọkọ

1

Second	keji
Third	kẹta
Fourth	kẹrin
Fifth	karun
Sixth	kẹfa
Seventh	keje
Eighth	kejọ
Ninth	kẹsan
Tenth	kẹwa
Eleventh	kọkanla
Twelfth	kejila
Thirteenth	kẹtala
Fourteenth	kẹrinla
Fifteenth	kẹdogun
Sixteenth	kẹ̀rìndílógún
Sventeenth	kétàdílógún
Eighteenth	kejidilogun
Ninteenth	ìkọkàndínlógún
Twentieth	ogún

Incomplete amounts	Eye ti kope
All	gbogbo
Half	idaji
A third	kẹta
A quarter	mẹẹdogun
A fifth	ìkarùn
A sixth	ikẹfa
A seventh	ikeje
An eighth	ikẹjọ
A ninth	ikẹsan
A tenth	ikẹwa

Useful phrases	Awọn gbolohun to wulo
How much?	elo ni?
A little	kekere diẹ
Some	diẹ ninu awọn
A lot	pupọ

More	diẹ

b. Time & Dates — b. Akoko ati Ọjọ

Days of the week	Awọn ọjọ ọsẹ
Monday	Ọjọ Aje
Tuesday	Ọjọ Iṣẹgun
Wednesday	Ọjọ Riru
Thursday	Ọjọ Bọ
Friday	Ọjọ Ẹti
Saturday	Ọjọ Abamẹta
Sunday	Ọjọ Aiku

General time — Gbogbo akoko

What time is it?	Kini agogo lù/sọ?
It's 6 PM.	agogo mẹfa irọlẹ ni
In the morning	laarọ
In the afternoon	lọsan an
In the evening	ni irọlẹ
Fifteen minutes till 6	mẹfa ku iṣẹju mẹẹdogun
10 minutes till 6	mẹfa ku iṣẹju mẹwa
Today	oni
Yesterday	ana
Now	ni'sin
Tonight	lalẹ oni
In the morning	laarọ
In the evening	ni irọlẹ
In the afternoon	lọsan an
This Tuesday	Ọjọ Iṣẹgun yi
This week	ọsẹ yi
This month	oṣu yi
This year	Ọdun yi
Tomorrow morning	ọla owurọ
Tomorrow afternoon	lọsan an ọla
Tomorrow evening	Ni irọlẹ ọla
Yesterday morning	laarọ ana

3

Yesterday afternoon	lọsan ana
Yesterday evening	ni irọlẹ ana

Months — Awọn Oṣù

Months	Awọn Oṣù
January	Oṣù Ṣẹ́rẹ́
February	Oṣù Èrèlè
March	Oṣù Ẹrẹ̀nà
April	Oṣù Ìgbé
May	Oṣù Ẹbibi
June	Oṣù Òkúdu
July	Oṣù Agẹmọ
August	Oṣù Ògún
September	Oṣù Owewe
October	Oṣù Ọ̀wàrà
November	Oṣù Bélú
December	Oṣù Ọ̀pẹ̀
What date is today?	Ki ni ohun ti ọjọ jẹ loni

c. Customs — c. Aṣa

c. Customs	c. Aṣa
Q: Do you have something to declare?	Q: Ṣe o ni nkankan lati fihan?
A: I have something to declare	A: mo ni nkankan lati fihan?
A: I have ... to declare	A: Mo ni ... lati fihan
A: I have nothing to declare	A: Nko ni nkakan lati fihan
I will be in the country for ... days	Emi yoo wa ni orilẹ-ede fun ... ọjọ
I wil be staying at ...	Emi yoo ma gbe ni ...
I'm a tourist	Mojẹ oniriajo
I'm doing business here	Mo n ṣe owo nibi
Do you speak English?	ṣe o nsọ ede Gẹsi?
I don't understand	ko ye mi
I'm sorry	Ma binu
Q: Where did you arrive from?	Q: Nibo ni iwọ ti nbọ wa?
A: I arrived from ...	A: Mo nbọ wa lati ...
Q: How long will you be here?	Q: Bawo ni wa ṣe pẹ to lati wa ni ibiyi?

4

A: I will be here for ... days	A: Ma wa ni bi yi fun awọn ọjọ
CUSTOMS VOCABULARY BANK	Bán'ki Aṣa fokabulari
Passport	Iwe irina
Ticket	tikẹti
Baggage claim check	ẹru ta nipe ayẹwo
Immigration	Iṣilọ
Passport control	Iṣakoso Iwe irina

d. Getting Around/Transport d. mimọ ibikan

VOCAB BANK	FOKABU BÁN'KI
BUS	ỌKỌ AKERO
Where is the bus stop?	Nibo ni ọkọ akero ti n da?
When is the next bus stop?	Nibo lo kan ti ọkọ akero yo ti da?
When is the next bus?	Nigbawo ni ọkọ akero t'okan?
When is the last bus?	Nigbawo ni ọkọ akero t'ogbẹhin?
Does this bus go to ...	ṣe ọkọ akero yi ma n lọ si ...
Is this seat taken?	Ṣe o ti mu ijoko yi?
How much is it?	Elo ni?
Where can I buy a ticket?	Nibo ni mo ti le ra tikẹti?
One ticket please.	tikẹti kan jọwọ.
Two tickets please	awọn Tikẹti meji jọwọ.
Three tickets please	awọn Tikẹti mẹta jọwọ.
Four tickets please	awọn Tikẹti mẹrin jọwọ.
TAXI	takisi
Where can I get a taxi?	Ibo ni mo ti le ri taisi kan?
I need a taxi.	Mo ni lo taisi kan
How much is it?	Elo ni?
Please drive me to this address.	Jọwọ gbe mi lọ si adirẹsi yi.
Please stop here.	Jọwọ duro nibi
I need to get out.	Mo ni lo lati jade

e. Hotels e. Ile Igbafẹ

BOOKING IN ADVANCE	GBIGBA AYEE SILẸ SI WAJU
Do you have a room?	Ṣe o ni yara kan?
How much is it per night?	Ṣe o ni yara kan?

Does it include Internet?	ṣe o pẹlu owo ẹrọ ayelujara?
How much is Internet access?	Elo ni ati lo ẹrọ ayelujara?
Is the Internet fast?	ṣe ẹrọ ayelujara na yara
I need one bed	Mo nilo ibusun kan
I need two beds	Mo nilo ibusun meji
It's for...	O ni fun ...
...one person	... eniyan kan
...two people	... eniyan meji
...three people	... eniyan mẹta
...four people	... eniyan mẹrin
... five people	... eniyan marun
... six people	... eniyan mẹfa
I'd like to see the room, please	Mo fẹ lati ri yara na, jọwọ
Could we do a lower price, please?	Ṣe ale ṣe olowo kekere, jọwọ?
Can I see another room?	ṣe mo le ri yara miran?
Is there a deposit?	Ṣe nibẹ ni idogo?
Yes, I'll take it.	Bẹẹni, Emi yoo gba.
No, I wont take it.	Rara, emi kì o mu.
What time is check in?	Akoko wo ni ayẹwo iwole?
What time is check out?	Akoko wo ni ayẹwo ijade?
Does it include breakfast?	Ṣe ounjẹ arọ pẹlu?
What time is breakfast?	Akoko wo ni ounjẹ arọ?
I need to be woken up at 6AM	Mo ni lati ji dide ni agogo mẹfa owuro
Is there a laundry?	Ṣe nibẹ ni wọn ti fọṣọ?
Is there a swimming pool?	Ṣe nibẹ ni odo pulu?
Is there a safe?	Ṣe nibẹ ni ibi ifipamọ?
Where can I change money?	Nibo ni mo ti le paarọ owo?
Can I buy a tour?	Ṣe mole ra nkan ajo?
What time is checkout?	Akoko wo ni ayẹwo ijade?
I need a taxi for 8AM, please.	Mo ni lo ọkọ tasi ni agogo mẹjọ owurọ, jọwọ?
I'm leaving at ...	Mo n nlọ ni ...
I need to leave my bags here.	Mo nilo lati jọwọ baagi mi sibi.

Thank you very much!	O ṣeun pupọ!
PROBLEMS:	IṢORO:
The bill is incorrect	Owo ti ko tọ
I need a new key	Mo nilo kọkọrọ titun
I need a blanket	Mo nilo aṣọ ìbora onírun òtútù
I need a receipt	Mo nilo iwe ọjà
The toilet is broken	Ile Igbọnsẹ ti fọ
The TV is broken	Amohun maworan ti fọ
It's too hot	Oti gbona ju
It's too cold	Oti tutu ju
It's too noisy	Ariwo ti pọju
The room is dirty	yara na dọti
VOCAB BANK	FOKABU BÁN'KI
Hotel	hoteẹli
Motel	Ile itura
Hostel	ile ayagbe
Apartment	iyẹwu
Inexpensive	láìnì ìnáwó púpọ̀

f. Directions — f. itọni

Excuse me, where is ...	Jọwọ, nibo ni ...
Could you show me where to go?	Ṣe o fihan mi ibi lati lọ?
Which street is it on?	Adugbo wo lowa?
What is the address?	Kini adirẹsi rẹ?
Can I get there ...	Ṣemole de b ...
... by foot	... Nipa ẹsẹ
... by train	... Nipa reluwe
... by car	... Nipa ọkọ ayọkẹlẹ
... by bus	... Nipa ọkọ akero
To the right	Si ọwọ ọtun
To the left	Si osi
At the corner	Ni igun
ẹStraight ahead	Niwaju tara
Next to	Ti o tele
In front of	Niwaju ti

7

Behind	lẹhin
Is it far?	Ṣe ji na?
Is it nearby?	Ṣe wa nitosi?
How do I get there?	Bawo ni mo se debẹ?
Do you know?	Ṣe iwọ mọ?
I'm sorry, I only speak a little Yoruba	Ma binu, kekere Yorùbá ni mo ma n sọ
VOCAB BANK	FOKABU BÁN'KI
Street	òpópóna
Building	ilé-kíkọ́
Boulevard	Igboro ìlú nlá
City	ìlú nlá
Square	àrín ìlú
Neighborhood	àdúgbò ìlú

g. Shopping   g. ri ra

Where is the store?	Nibo ni awọn itaja wa?
Where is the supermarket?	Nibo ni awọn ọja nla wa?
Where is the mall?	Nibo ni Ile Itaja?
Where is the grocery store?	Nibo ni itaja ounjẹ wa?
Where is the bookstore?	Nibo ni itawe wa?
I'm looking for this book.	Mo n wa iwe yi.
I need a newspaper.	Mo nilo iwe irohin.
Q: Can I help you?	Q: Ṣe mole ran lọwọ bi?
A: We don't have it.	A: A ko ni.
I need your help	Mo nilo iranwọ rẹ
Where can I buy?	Nibo ni mo ti le ra?
I need to buy ...	Mo nilo lati ra ...
Could I try this on?	Ṣe mole gbiyanju eyi lọ?
My size is ...	iwọn mi ni ...
How much is this?	Eelo ni eleyi?
Please write the price down on a piece of paper	Jọwọ kọ oye owo na silẹ lori iwe pelebe
I'm just looking	Mo kọ nwo
This is too expensive	Eyi ti wọn ju

8

Can we lower the price?	Şe ale mu eye owo na wa lẹ?
Do you take credit cards?	Şe o ma n gba awọn kaadi kirẹditi?
I will take that.	Emi a mu yẹ
I need receipt, please	Mo nilo iwe ti fi r'ọjà, jọwọ
It's broken	O ti fọ
I need a refund	Mo nilo igbapada
I need to return this	Mo ni lati da eyi pada
I need a bag	Mo nilo baagi
I don't need a bag	Emi ko ni lo baagi
VOCAB BANK	FOKABU BÁN'KI
Men's Restroom	Ile igbanse awọn ọkunrin
Women's Restroom	Ile igbanse awọn obirin
Restroom	Ile igbanse
Do Not Enter	Ma şe wọle
No Smoking	Ko si Iruufin
Information	Alaye
Open	Şi silẹ
Closed	ni pipade
No Cameras	ko si kamẹra
No Cell Phone Use	Ko si lilo ẹrọ ibanisọrọ

h. At the bank / h. Ni ile ifowo pamọ

Where is the bank?	Ni bo ni ile ifowo pamọ na wa?
What time does the bank open?	Akoko wo ni awọn ile ifowo pamọ ma n şi
What time does the bank close?	Akoko wo ni awọn ile ifowo pamọ ma n ti?
I don't remember my pin	Emi ko ranti pini mi
Here is my card.	Kaadi mi niyi
I need to exchange money	Mo nilo lati şe paşipaarọ owo
I need to withdraw money	Mo nilo lati şe paşipaarọ owo
What is the price?	Elo le ye rẹ
What is the exchange rate?	Kini ohun oşuwọn paşipaarọ?
I need to find an ATM	Mo nilo lati ri ẹrọ ATM
Smaller notes, please	akọsilẹ kekere, jọwọ

Do you accept traveler's check?	Ṣe o ma n gba ayẹwo awọn oni rin ajo?
Do you accept credit cards?	Ṣe o ma n gba awọn kaadi kiṛediti?
Do I need to sign?	Ṣe ni mo nilo lati bọwọ lu?
I need the receipt, please	Mo nilo iwe ọjà, jọwọ

i. Internet

i. Ayelujara

Do you have free Internet?	Ṣe o ni ntanẹnti ọfẹ
Where is an Internet café?	Nibo ni kafe ayelujara?
How much does it cost to access the Internet?	Elo ni o na lati wọle si ayelujara?
Is this a high speed connection?	Ṣeyi ni asopọ to n yara?
What is the password?	Ki ni ọrọigbaniwọle na?
Which network do I connect to?	ayelujara wo ni mo sopọ mọ?
Is it wireless Internet?	O jẹ ayelujara alailowaya?
How much does it cost?	Elo ni o jẹ?
How do I log on?	Bawo ni mo ṣe ma wọle sibẹ?
Connection is dead	Asopọ ti ku
The computer is not working	kọmputa na ko ṣiṣe
I'm done using the Internet.	Mo ti ṣe tan nipa lilo Ayelujara.
I need to ...	Mo fe lati ...
... check my email	... Ṣayẹwo imeeli mi
... use Skype	... mo n lo Skaipu
... print out documents	... tẹ awọn iwe iṣẹ jade
... scan documents	... sikani iwe iṣẹ

j. Cell Phone

j. Foonu alagbeka

I'd like to buy a cell phone.	Mo fẹ lati ra foonu alagbeka.
I need a cell phone charger	Mo nilo ṣaja foonu alagbeka
My number is ...	nọmba mi ni ...
What is your phone number?	Kini nọmba foonu rẹ?
I need to speak to ...	Mo nilo lati sọ fun ...
What is the code for ...	Ki ni ohun ti o jẹ awọn koodu fun ...

10

k. Post office   K. Ile ifi iwe ranṣẹ

k. Post office	K. Ile ifi iwe ranṣẹ
Where is the post office?	Ni bo ni Ile ifi iwe ranṣẹ?
I need to send ...	Mo ni lo lati fi ranṣẹ
... A domestic package	...ẹrù ti ile.
... an international package	...ẹrù ti o keere
... a postcard	... kadi iranṣẹ
... a parcel	... ẹrù kékeré
Postal code	Kadi ta fi ranṣẹ
Declaration	aṣọ
Stamp	ontẹ

l. Business   I. Oko owo

l. Business	I. Oko owo
I'm here on business	Mo wa nibi fun oko owo
I'm from ...	Mo wa lati ...
... America	Amerika
... England	Igilandi
Could I have your business card?	Ṣe mo le gba kadi okowo rẹ
Here is my business card	Kadi okowo ni yi
Where is the conference?	Nibo ni apero na?
Where is the company office?	Nibo ni ọfiisi ile ṣe na ?
Where is the business building?	Ni bo ni ile okowo?
I'm here for a business meeting	Mo wa bi fun ipade okowo
I'm here for a conference.	Mo wa bi fun apero.
I'm here for a trade show	Mo wa nibi fun ifihan iṣowo
Could you translate please?	Ṣe o le tu mọ jọwọ?
I need an interpreter.	Mo ni lo ogbufọ
Pleasure doing business with you.	Idunnu ni lati ṣe owo pẹlu rẹ.
That was a great meeting!	Ipade nla lo jẹ
That was a great conference!	Apero nla lojẹ
That was a great trade show!	ifihan iṣowo lojẹ
Thank you.	O ṣe
Should we go out for lunch?	Ṣe ki a jade lọ fun ounjẹ ọsan?
Should we go out for dinner?	Ṣe ki a jade lọ fun ounjẹ alẹ?
Should we go out for a drink?	Ṣe ki a jade lọ fun mimu?
Here is my email	Eyi ni imeeli mi

Here is my phone number	Eyi ni nọmba foonu mi

m. Museums/Tours   **m. ilé àkópọ̀ ohun lailai/ ìrìn àjò**

MUSEUMS	ilé àkópọ̀ ohun lailai
Where is the museum?	Ni bo ni ilé àkópọ̀ ohun lailai wa?
What time does the museum open?	Akoko wo ni ilé àkópọ̀ ohun lailai ṣi
I'd like to hire a guide.	Mo fẹ lati bẹwẹ oluṣọ ni.
How much does a ticket cost?	Elo ni owo tikẹti jẹ?
I need ...	Mo ni lo ...
... one ticket	... tikẹti kan
... two tickets	... tikẹti keji
... three tickets	... tikẹti kẹta
... four tickets	... tikẹti kẹrin
TOURS	ìrìn àjò
I'd like to ...	Mo ma fẹ lati ...
... take the day tour	... rin ìrìn àjò ojọ
... take the morning tour	... rin ìrìn àjò owurọ
... take the evening tour	... rin ìrìn àjò irọlẹ
How long is the tour?	Ba wo ni irin ajo na o ṣe pẹ?
How much does it cost?	Elo lo jẹ?
Is food included?	Ṣe ounjẹ wa pẹlu?
Is there water available?	nJẹ omi wa?
What time will we return?	Akoko wo la o pada?

n. Special Need Travelers (Seniors, Children, Disabilities)   **n. Awọn onirin ajo ti onilo to yatọ (Awọn ẹgbọ́n, omode, Awọn àbọ̀ ara/idibajẹ)**

DISABILITIES/SENIORS	Awọn àbọ̀ ara / Awọn ẹgbọ́n
I need help, please.	Mo ni lo iranwọ, jọwọ
Is there an elevator?	Ṣe nibẹ ni ohun ategun wa?
How many steps are there?	Awọn igbesẹ melo lo wa nibẹ?
Could you help me across the street please?	Ṣe o le ran mi lọwọ lati kọja opopona jọwọ?
I have a disability.	Mo ni idibajẹ
I need to sit down, please.	Mo ni lati joko, jọwọ.

Is there wheelchair access?	Şe nibẹ ni iwọle kẹkẹ ijoko wa?
Are there restrooms for people with disabilities?	Şe yara igbansẹ wa fun awọn àbọ ara/idibajẹ?
Are guide dogs allowed?	Şe aaye wa fun awọn aja alabo?
VOCAB BANK	FOKABU BÁN'KI
Ramp	kìkì òkè to so òde pọ
Wheelchair	kẹkẹ ijoko
CHILDREN	ỌMỌDE
I have children.	Mo ni ọmọde
Are children allowed?	Şe aaye wa fun ọmọde
Is there a children's menu?	Şe iwe ounjẹ ọmọde wa?
Is there a baby changing room?	Şe bẹni yara iparada fun ọmọ ikoko wa?
Is there a baby seat?	Şe bẹni ijoko ọmọ ikoko wa?
I need a ...	Mo ni lo oun ...
... stroller	Iwakọ to ni ijoko awọn ọmọde
... highchair	...aga to ga
I need ...	Mo ni lo ...
... diapers	Iledìí ti ọmọde
... baby wipes	... oun inura ọmọkoko

2. MEETING PEOPLE
a. Getting Acquainted

2. PIPADE ENIYAN
a. mi mò ni

Hello	ẹ Pẹlẹ o
Good morning	ẹ kaarọ
Good afternoon	ẹ kaasan
Good evening	ẹ kurọlẹ/ Ka a alẹ
How are you?	Bawo ni o ṣe wa?
I'm good and you?	Mo wa dada iwọ nkọ?
My name is ...	Orukọ mi ni ...
What is your name?	Ki lo rukọ rẹ
Nice to meet you	Inu mi dun lati pade rẹ
I'm from ...	Mo wa lati ...
I'm an American	Ara Amerika ni mi
I am British	Ara Biritiṣi ni mi

Mr.	ọgbẹni
Mrs.	Iya afin
Ms.	omidan
Do you speak English?	Ṣe o nsọ ede Gẹsi?
I understand	O ye mi
I'm sorry, I don't understand	Ma binu, ko ye mi
I'm here on business	Mo wa nibi fun owo ṣiṣe
I'm here to study	Mo wa nibi lati kawe
I'm here for a conference	Mo wa nibi fun a apero
I'm here for tourism	Mo wa nibi fun igbafẹ
I'm from America	Mo wa lati Amẹrika
I'm from England	Mo wa lati Igilandi
I'm from Australia	Mo wa lati ilu ọstirelia
Where are you from?	Ni bo ni iwọ ti wa?
What do you do?	Ki ni iwọ ma n ṣe
I'm a businessman	Mo jẹ okunrin olowo ṣi ṣe
I'm a student	Mo jẹ akẹkọ
I'm an engineer	Mo jẹ onimọ ẹrọ
I'm a lawyer	Mo jẹ agbẹjọro
I'm a doctor	Mo jẹ dọkita
Are you married?	Ṣe o ti lọkọ/laya?
I'm married	Mo ti lọkọ/laya
This is my wife	Aya mi ni yi
This is my husband.	ọkọ mi ni yi
I have one child	Mo ni ọmọ kan
I have two children	Mo ni ọmọ meji
I have three children	Mo ni ọmọ mẹta
I have four children	Mo ni ọmọ mẹrin
I have five children	Mo ni ọmọ marun
How old is your son?	ọmọdun me lo lọ ọmọ rẹ ọkurin?
How old is your daughter?	ọmọdun me lo lọ ọmọ rẹ obirin?
How many children do you have?	ọmọ me lo lo ni?
Thank you	O ṣe
Here is my email	Imeli mi ni yi
Do you use Facebook?	ṣe o ma n lo fesibuku
Excuse me	jọwọ
Goodbye	O da bọ

Have a good night	Sun re

b. Opinions/States of Being   **b. Ero/bi bẹ laye**

GENERAL	Gbogbo gbo
I am hot	Mo gbona
I am cold	Mo tutu
I am tired	Orẹ mi
I am sleepy	Mo un toungbe
I am jetlagged	Iri ajo balu jẹ ko rẹ mi
I am hungry	Ebi pa mi
I am thirsty	oungbẹ gbẹ mi
I need to use the restroom	Mo ni lati lo yara igbọnsẹ
I need to smoke.	Mo nilo lati mu siga.
Did you enjoy that?	ṣe o gbadun rẹ?
I thought it was ...	Mo lero pe o jẹ...
... amazing	...iyanu
... beautiful.	...lẹwa
... okay	...dara
... interesting	...wun ni
... unusual	... ṣọ wọn
... dull	...ṣigọgọ
... overly expensive	Gbowolori ju bo ti yẹ lọ

c. Inviting People Out (Music/Nightclubs/ Performing Arts)   **c. pipe awon eniyan jade (orin/ile ijo/ awọran yiya)**

Would you like to go out tonight?	ṣe o ma fẹran lati jade laṣalẹ yi
What kind of things could we do at night?	I ru nkan wo la le ṣe la lẹ?
Are you free ...	Ṣe o ko ṣe nkankan...
... tonight?	... laṣalẹ yi?
... tomorrow?	...ni ọla?
... this weekend?	... ni ọsẹ yi?
When are you free?	Ni gba wo lo ra ye?
Would you like to come with me?	Ṣe o ma fẹ lati wa pẹlu mi?
Yes of course.	Bẹẹni dajudaju.
I'm sorry, I can't.	Ma binu, emi ko le.

Would you like to go ...	Şe o ma fę lati lǫ...
... to a bar?	... si ile ǫti?
... to a café?	...Si i bi ayelujara?
... to a lounge?	...si i bi rǫgbǫkú?
... to a concert?	... si i bi ere idaraya?
... to a restaurant?	...si ile ounję?
... to the movies?	...si ile sinima?
... to a party?	...si ile ijo?
What time should we meet?	Akoko wo ni ka pade?
Where should we meet?	Ni bo ni ki ati pade?
Will you pick me up?	Şe waa wa gbemi?
I will pick you up.	Ma wa gbe ǫ?
What kind of music do you like?	I ri orin wo lo fęran?
I like ...	Mo fęran ...
... pop.	...pǫpu.
... rock.	...rǫǫki
... hip hop.	...hipu hǫpu
... country.	...ti ile
... R&B.	...Ri ati Bi
Who is your favorite singer?	Olorin wo lo fęran?
My favorite singer is ...	ayanfę olorin mi ni...
Do you like ...	Şe fęran...
... to dance?	... lati jo?
... to go to concerts?	...lati lǫ si ibi ere idaraya?
... to go to the theater?	...lati lǫ si ibi ere ori itage?
... to go to the opera?	...lati lǫ si ibi orin oro kǫ
... to go to the symphony?	...lati lǫ si ibi sifoni na?
I do like ...	Mo ma un fęran...
I don't like ...	Mi ko fęran...
I want to ...	Mo fę şe...
... go to a concert.	...lǫ si ibi ere idaraya.
... go to the theater.	...lǫ si ibi ere ori itage.
... go to the symphony.	...lǫ si ibi sifoni na.
... go to the opera.	...lati lǫ si ibi orin oro kǫ
Do you want to ...	şe iwǫ fę şe...
... go to a concert?	...lǫ si ibi ere idaraya?
... go to the theater?	...lǫ si ibi ere ori itage?

... go to the symphony?	...lọ si ibi sifoni na?
... go to the opera?	...lati lọ si ibi orin oro kọ?
Could we buy tickets?	ṣe a le ra awọn tiketi?
How much are the tickets?	Elo ni awọn tiketi na?
I want the cheapest tickets please.	Mo fẹ awọn tikẹti olowo pọku?
I want the best tickets please.	Mo fẹ awọn tikẹti to daraju jọwọ.
Where is the concert?	Ni bo ni ibi ere idaraya?
I need to buy ...	Mo ni lo tati ra...
... one ticket, please.	... tikẹti kan, jọwọ
... two tickets, please.	... tikẹti meji, jọwọ
That was great.	To jẹ nla
That was long.	To jẹ gigun
That was amazing.	To yani lẹnu
That was okay.	To dara
What kind of movies do you like?	Iru ere wo lo fẹran?
I like ...	Mo fẹran...
... action.	... igbesẹ
... animated films.	...Awon fiimu ti alaworan.
... drama.	... eré.
... documentaries.	... awọn akọsilẹ
... comedy.	...awada
... thrillers.	... aṣaragaga
... science fiction.	...itan sayẹnsi
... horror.	...aunjọnu
... romantic comedy.	...ere ifẹ alawada
Could we go to the movies tonight?	ṣe ale lọ si ibi ere laṣalẹyi?
When can we go to the movies?	Nigba wo la le lọ si ibi ere?
What movies are playing?	Awon ere wo lo fi han lo wo?
How much are the tickets?	Elo awọn tikẹti?
Is the theater far from here?	ṣe ibi ere oritage ji naa si hin?

d. Hiking   **d. fifikun**

Do you like to hike?	ṣe o fẹran lati rin ana jinjin?
I love to hike.	Mo fẹran lati rin ana jinjin.
What is the weather going to be like?	Ba wo ni oju ọjọrọ yi o ṣe ri?

It will be ...	O ma jẹ...
... cold.	...cold.
... cloudy.	...ikuku.
... snowing.	...iyinyin
... sunny.	...orun ran
... warm.	...lọwọrọ
... hot.	...gbona
When can we go?	Ni gba wo la le lọ?
Is it safe?	ṣe o wa ni ipamọ?
Do we need to buy water?	ṣe a ni lo lati ra omi?
Is the water safe to drink?	ṣe omi naa da fun mimu?
Do we need to buy food?	ṣe a ni lo lati ra ounjẹ
Will we need a guide?	A ma ni lo itọni?
Is it scenic there?	ṣe ibi iran wa nibẹ yẹn
How long is the hike?	Bawo ni fifikun yi o ṣe pẹ si?
How long is the drive?	Ba wo ni iwakọ naa ṣe gun to
How long is the climb?	Ba wo ni oke ṣe gun to?
I'm looking for ...	Moun wa fun....
... the campsite	... ibi akorajọpọ
... the toilet	...ibi igbansẹ
What time does the sun go down?	Akoko wo ni orun naa wọlẹ

e. Sports — e. ere idaraya

What sport do you love?	Iru ere idaraya wo lo fẹran?
I love ...	Mo fẹran...
... football	...bọọlu afẹsẹgba
... hockey	...họki
... basketball	... bọọlu agbọn
... baseball	... bọọlu abẹrẹ gba
... soccer	... bọọlu afẹsẹgba
... boxing	...kiku ẹsẹ
Do you play ...	ṣe o ma n ṣere...
... football?	... bọọlu afẹsẹgba?
... hockey?	... họki?
... basketball?	... bọọlu agbọn?
... baseball?	... bọọlu abẹrẹ gba?

18

... soccer?	... boolu afesegba?
... volleyball?	... boolu afowo gba
Yes, I do.	Beeni, mo gba.
A little bit.	Geje kekere
No, not much.	rara, ko po.
Do you ...	Se wo ...
... go running?	lo fun ere sisa?
... go to the gym?	...lo si awon-idaraya?
Could we play?	Se ale sere?
I'd like to play.	Mo ma feran lati sere.
I'm sorry, I can't play.	Ma binu, mo le sere.
I'm tired.	O ti remi
I think I need a break.	Mo lero pe mo ni lati sinmi.
Can we go to a game?	Se ale lo si ibi gemu?
Where is it located?	Ni bo lo wa?
Who's playing?	Ta lo n sere?
How much are the tickets?	Elo ni awon tiketi?
I need ...	Mo ni lo...
... one ticket, please.	... tiketi kan, jowo
... two tickets, please.	... tiketi meji, jowo
That was great!	O je nla!
He's an awesome player!	O je elere to rewa!
That was long!	I yen jin!

f. Sex & Romance   f. ibalopo ati ere ife

CONVERSATION STARTERS	ibere ibaraenisoro
Hey, you look like you're having the most fun out of anybody here.	Wo, o da bi onje igbadun to ju ti enikeni lo ni bi yi.
Hi, are you from around here?	E, se to si ibi yi loti wa?
Can I buy you a drink?	se mo le ra oun mimu fu e?
Want to dance?	Mo fe jo?
I'm having a great time with you.	Mo n ni akoko nla to dara pelu re.
You're awesome.	O rewa
I'm having the time of my life.	Mo un lo akoko aye mi.
Want to go some place quiet?	Fe lo si awon bikan laipe
Want to go outside with me?	Fe lo si ita pelu mi?
You're beautiful.	O rewa.

Let's go inside.	jẹ ka lọ si inu ile.
SEX	Ibalopọ
Kiss me.	Fẹnu ko mi lẹnu.
Touch me here.	Fi ọwọ kan mi nibi yi.
Take this off.	Mu eyi kuro.
Does that feel good?	Ṣe yẹn ṣe dada
You like that.	O fẹran iyẹn
Let's use a condom.	Jẹ ki a lo rọba idabo
I can only do it with a condom.	Mo le ṣe nikan pẹlu rọba idabo
Stop!	Duro!
Don't do that.	Ma ṣe eyi
I like when you do that.	Mo fẹran nigab to ba ṣe eyi.
Keep going.	Ṣa tẹsiwaju
That feels so good.	Eyi dara pupọ
That was incredible.	Iyẹn jẹ alaragbayida
Let's do it again.	Jẹ ki a ṣe lekan si
I want you.	Mofẹ ki iwọ.
I love your body.	Mo nifẹ ara rẹ.
You're beautiful	O rẹwa
I love you.	Mo nifẹ rẹ.
I want to see you again.	Mo fẹ ri ọ si.
Would you like to meet me tomorrow?	Ṣe o ma fẹ lati pade lọọla?
Would you like to meet me on the weekend?	Ṣe o ma fẹ lati pade mi ni opin ọ sẹ?
Would you like to give me your phone number?	Ṣe o ma fẹ lati fun mi ni nomba ẹro agbeka rẹ
Would you like to give me your email?	ṣe o ma fẹran lati fun mi imeli re

3. EMERGENCIES
General

3. pajawiri ti gbogbo
gbo

Is it safe?	Ṣe o wa ni ipamọ?
This is an emergency!	E le yi jẹ pajawiri!
Help!	Iranwọ!
Be careful!	Wa lakiesi!
Stop!	Duro!
Call the ambulance!	Pe ọkọ ipajawiri!

20

Call the police!	Pe ọlọpa!
He is hurt.	O ti ṣeṣe
She is hurt.	O ti ṣeṣe
There has been an accident.	Ijamba ti ṣẹlẹ
Can I use your phone?	Ṣe mole lo ẹrọ alagbeka re?
Could you help me please?	Njẹ o le ranmi lọwọ bi?
I have been robbed.	Ole ti ja mi.
I have been assaulted.	Wọn fi ipa bami lo
She has been raped.	Wọn ti fi ipa baa lo
He has been assaulted.	Wọn ti fi ipa baa lo
I lost my ...	Mo sọ kini mi...
... passport	...pasipọtu
... money	...owo
... wallet	...Apo ikowosi
It was a man.	Okunrin ni
It was a woman	Obinrin ni
It was him.	arakurin yẹ ni
It was her.	arabirin yẹ ni
I need a lawyer	Mo ni lo agbẹjọro
I need to contact the American embassy.	Mo nlati pe ẹmbasi ilẹ amẹrika
I need to contact the British embassy.	Mo nilo lati ri igbani wole ajeji biritiṣi.

4. MEDICAL CARE — 4. itọju ti oni segun

I need to go to the hospital.	Moni lati lọ si ile iwosan
Where is the hospital?	Nibo ni ile iwosan wa?
Where is the pharmacy?	Nibo ni ile ita ogun wa?
I lost my medication.	Mo sọ ogun mi nu
I need this medication.	Mo niilo ogun
I'm on medication for ...	Mo nlo ogun
I need new glasses.	Mo ni lo igo oju miran
I need new contact lenses.	Mo ni lati parọ igo oju mi
I need the receipt, please.	Mo ni lo risipiti
I'm hurt.	Mo ṣe ṣe
He is hurt.	O ti ṣe ṣe
She is hurt.	O ti ṣe ṣe
I'm sick	Ara mi ko ya

He is sick.	Ara re koya
She is sick.	Ara re ko ya
It hurts right here ...	Oun dunmi nibiyi
I can't move my ...	Mi o le gbe...
I'm allergic to something.	Ko bami lara mu
I was throwing up.	A gbemi ṣọ sokẹ
He was throwing up.	A gbe ṣọ soke
She was throwing up.	A gbe ṣọ soke
I have chills.	ọfinkin n ṣe mi
I feel weak.	O rẹ mi
I feel dizzy.	Oyi nkọ mi
I can't sleep.	Mi o le sun
I have a headache.	Ori nfọ mi
I need antibiotics.	Mo ni lo ogun tọ n pa kokoro.
How many times a day should I take this?	Nigba melo lojumọ ni ki nlo ogun yi
He is having ...	Arakurin ni i
... an epileptic fit.	Aisan warapa
... an asthma attack.	Ikọ ẹgbẹ
... a heart attack.	Aisan aya
I have a fever ...	Moni iba
She has a fever ...	Oni iba
He has a fever ...	Oni iba

Women — **Awon obirin**

Women	**Awon obirin**
I'm on the pill.	Mo nlo ogun
I need the morning after pill.	Mo nilo arọ lẹyin ogun.
I need a pregnancy test.	Mo fẹ ṣe ayẹwo boya moti loyun
I have missed my period.	Mi o ri nkan oṣu mi
I might be pregnant.	mo ti le loyun
I'm pregnant.	mo ti loyun
I have a yeast infection.	mo ni arun ma wu ma wu
I have a UTI (urinary tract infection).	mo ni aisan atọsi

5. Mini dictionary

a. English to Yoruba

5. Dikişọnari kekere

a. gẹsi si yoruba

English	Yoruba

A

English	Yoruba
Aboard	Ninu ọkọ
About	Nipa
Above	Loke
Accident	Ijanba
Account	Işiro
Across	Odikeji
Adapter	Ibadọgba
Address	Adirẹsi
Admit	Gba
Adult	Agba
Advice	Imoran
Afraid	Bẹru
After	Lẹyin
Age	ọjọ ori
Ago	Igba to ti kọja
Agree	Gba
Ahead	Nigbaju
Air	Atẹgun
Air conditioning	ẹrọ amule tutu
Airline	Ile işẹ ofurufu
Airplane	ọkọ ofururufu
Airport	Papa ofurufu
Aisle	ọdẹ/ọdẹdẹ
Alarm clock	Agogo oni alamu
Alcohol	ọti lile
All	Gbogbo ẹ
Allergy	Gbodi
Alone	Nikan

English	Yoruba
Already	Ṣe tan
Also	Pẹlu
Always	Nigba gbogbo
Ancient	Oun atijọ
And	Pẹlu
Angry	Binu
Animal	ẹranko
Ankle	Orukun
Another	Omiran
Answer	Idahun
Antique	Oun atijọ/to ti pẹ
Apartment	Ibugbe
Apple	Eso
Appointment	Iyan sẹnu iṣẹ
Argue	Jiyan
Arm	Apa
Arrest	Mu/fi ipa mu
Arrivals	Di de
Arrive	Wa
Art	Aworan yiya
Artist	Ayaworan
Ask (questinoning)	Bere ibere
Ask (request)	Bere
Aspirin	Asipirini
At	Ni
ATM	ẹrọ asanwo
Awful	Bani ninu jẹ

B

Baby	ọmọ kekere
Babysitter	Agbọmọ joko
Back (body)	ẹyin
Back (backward position)	Ipo ẹyin
Backpack	Apo ẹyin
Bacon	ẹran sisun

English	Yoruba
Bad	Buru
Bag	Apo
Baggage	ẹru
Baggage claim	Ibi ti a ti ngba ẹru
Bakery	Ile isẹ burẹdi
Ball (sports)	Bọọlu
Banana	ọgẹdẹ
Band (musician)	ẹgbẹ olorin
Bandage	Aṣọ iso egbo
Band-Aid	Irọwọ aṣọ ide
Bank	Ile ifowopamọ
Bank account	Nọmba ifowopamọ
Basket	Apẹẹrẹ
Bath	Iwẹ
Bathing suit	Aṣọ iwẹ
Bathroom	Baluwẹ
Battery	Batiri
Be	Jẹ
Beach	Okun
Beautiful	Rẹwa
Because	Nitori
Bed	Ibusun
Bedroom	Yara ti a sun
Beef	ẹran malu
Beer	ọti
Before	Iwaju
Behind	Lẹhin
Below	Labẹ
Beside	Lẹgbẹ
Best	To darajulọ
Bet	Tẹtẹ
Between	Laarin
Bicycle	Kẹkẹ
Big	Tobi
Bike	Kẹkẹ
Bill (bill of sale)	Isuna

English	Yoruba
Bird	ẹyẹ
Birthday	ọjọ ibi
Bite (dog bite)	Ge jẹ (aja ge jẹ)
Bitter	Koro
Black	Dudu
Blanket	Aṣọ ibora
Blind	Fọju/afọju
Blood	ẹjẹ
Blue (dark blue)	Aṣọ buluu to pọn
Blue (light blue)	Aṣọ buluu fẹrẹ
Board (climb aboard)	Gun/wọ
Boarding pass	Iwe igbawole
Boat	ọkọ oju omi
Body	Ara
Book	Iwe
Bookshop	Ile itaja(iwe)
Boots (shoes)	Bata
Border	Ala
Bored	Su
Boring	Aidunu
Borrow	Ya
Both	Papọ
Bottle	Igo
Bottle opener (beer)	Oun ti a fi nsi igo
Bottle opener (corkscrew)	Oun ti a fi nsi igo
Bottom (butt)	Tisalẹ
Bottom (on bottom)	Isalẹ
Bowl	Abọ
Box	Apoti
Boy	Omodekunrin
Boyfriend	ọrekunrin
Bra	Ikọmu
Brave	Akinkanju
Bread	Burẹdi/akara
Break	Fọ
Breakfast	Ounjẹ owurọ

English	Yoruba
Breathe	Eemi
Bribe	Abẹtẹlẹ
Bridge	Afara
Bring	Mu wa
Broken (breaking)	Fọ
Brother	Arakunrin
Brown	Buraun
Brush	Gboo
Bucket	Ike
Bug	Kokoro
Build	Kọọ
Builder	Olukọle
Building	Ile
Burn	Jona
Bus	ọkọ
Bus station	Ibudokọ
Bus stop	Ebuteọkọ
Business	Owo
Busy	Nṣiṣẹ
But	ṣugbọn
Butter	Bọta
Butterfly	Labalaba
Buy	Ra

C

Cake (wedding cake)	Akara igbeyawo
Cake (birthday cake)	Akara ọjọ ibi
Call	Pe
Call (telephone call)	Pe e lori ẹrọ ibanisọrọ
Camera	Irinṣẹ iyaworan
Camp	Ikojopọ
Campfire	Ina sisun
Campsite	Ibi akopọ
Can (have the ability)	O le ṣe
Can (allowed)	Gba laye

English	Yoruba
Can (aluminium can)	Pangolo
Cancel	Fagile
Candle	Abẹla/imolẹ
Candy	Oun jijẹ didun
Car	ọkọ
Cards (playing cards)	Kadi
Care for	ṣe itoju
Carpenter	Akanle/kapinta
Carriage	Igbe
Carrot	Karoti
Carry	Gbe
Cash	Owo
Cash (deposit a check)	Owo
Cashier	Akawo
Castle	Owo ẹran
Cat	Olongbo
Cathedral	Ile ijọsin
Celebration	Ajọyọ
Cell phone	ẹrọ agbeka
Cemetery	Ibi isinku
Cent	ọgọrun
Centimeter	Awọn
Center	Arin
Cereal	Arọ
Chair	Aga
Chance	Aaye
Change	Yipada
Change (coinage)	Kọinsi
Change (pocket change)	Parọọ
Changin room	Yara iyipada
Chat up	Ba ni ọ
Cheap	Pọkuu
Cheat	Yanjẹ
Cheese	Warankasi
Chef	Oluwanjẹ
Cherry	Agbalumo

English	Yoruba
Chest (torso)	Àyà
Chicken	Adiẹ
Child	ọmọ
Children	Awọn ọmọde
Chocolate	Oun didun didun
Choose	Yan
Christmas	Keresimesi
Cider	Oun mimu eleso
Cigar	Siga
Cigarette	Siga
City	Ilu
City center	Arin ilu
Class (categorize)	Pin si isori
Clean	Mo
Cleaning	Imo toto
Climb	Gun
Clock	Agogo
Close	Ti
Close (closer)	Sunmo
Closed	Titi pa
Clothing	Aṣọ
Clothing store	Ile ita aso
Cloud	Isududu
Cloudy	Su dudu
Coast	Eti odo
Coat	Kootu
Cockroach	Ayan
Cocktail	Amulumala
Cocoa	Koko
Coffee	Kọfi
Coins	Owo ẹyọ
Cold	Tutu
College	Ile ẹkọ giga
Color	Awọ
Comb	Iyarun
Come	Wa

English	Yoruba
Comfortable	Ifokan bale
Compass	Itoni
Complain	şawuyewuye
Complimentary (on the house)	Gba ni yan ju
Computer	Komputa
Concert	Ere
Conditioner (conditioning treatment)	Odiwon
Contact lens solution	Abayori oun iworan
Contact lenses	Gilasi iworan
Contract	Işe şişe
Cook	Oluse
Cookie	Kukisi
Cool (mild temperature)	Loworo
Corn	Agbado
Corner	egbee
Cost	Won
Cotton	Owu
Cotton balls	Awon owu
Cough	Iko
Count	Ka
Country	Orile ede
Cow	Malu
Crafts	Işe ona
Crash	Jamba
Crazy	Si win
Cream (creamy)	Yiyo
Cream (treatment)	Itojo ara
Credit	Owo
Credit card	Kadi owo
Cross (crucifix)	Agbelebu
Crowded	ogboro ero
Cruise	oko ajo
Custom	Aşa
Customs	Awon aşa
Cut	Ge

English	Yoruba
Cycle	Ayika
Cycling	Gigunka
Cyclist	Oluyika

D

Dad	Baba
Daily	Ojojumọ
Dance	Ijo/ ijo jijo
Dancing	Jo
Dangerous	Lewu
Dark	ṣu dudu
Date (important notice)	ọjọ to ṣe pataki
Date (specific day)	ọjọ
Date (companion)	Ololufẹ
Daughter	ọmọbinrin
Dawn	Idaji
Day	ọjọ
Day after tomorrow	ọtunla
Day before yesterday	Ijeta
Dead	Ku
Deaf	Diti/aditi
Deal (card dealer)	ọrọ iṣẹ (kaadi onisowo)
Decide	Yan
Deep	Jinlẹ
Degrees (weather)	Iwọn (ọjọ)
Delay	Daduro/idaduro
Deliver	Fi jiṣẹ
Dentist	Dokita eyin
Deodorant	Orun didun
Depart	Yapa
Department store	ẹka itoju pamọ
Departure	Ilọkuro
Departure gate	ẹnu ibode ilọkuro
Deposit	Owo ifipamọ
Desert	Eso jije ti alẹ

31

English	Yoruba
Dessert	Aṣálẹ
Details	Awọn alaye
Diaper	Iledi
Diarrhea	Igbẹ gbuuru
Diary	Ojojumọ
Die	Ku
Diet	Oujẹ
Different	Oyatọ
Difficult	O ṣoro
Dinner	Ounjẹ alẹ
Direct	Tọ sọna
Direction	Itọsọna
Dirty	Idọti
Disaster	Ijamba/akọlu
Disabled	Lai le ṣe nkan
Dish	Abọ ijẹun
Diving	Luwẹ
Dizzy	Oyi nkọ
Do	ṣe
Doctor	Dọkita
Dog	Aja
Door	Ilẹkun
Double	Ilọpo meji
Double bed	Ibisun meji
Double room	Yara meji
Down	Isalẹ
Downhill	Ipẹtẹlẹ
Dream	Ala
Dress	ẹwu
Drink (cocktail)	Mu
Drink (beverage)	Mu (nkanmimu)
Drink	Mu
Drive	Wa
Drums	Ilu
Drunk	Mu ti yo
Dry	Gbẹ

English	Yoruba
Dry (warm up)	Gbẹẹ
Duck	Pẹpẹyẹ

E

Each	ọkọọkan
Ear	Eti
Early	Tete
Earn	Gba
East	Ila-orun
Easy	Rorun
Eat	Jẹ
Education	ẹkọ
Egg	Eyin
Electricity	Ina manamana
Elevator	Atẹgun
Embarrassed	Dojuti
Emergency	Pajawiri
Empty	ṣofo
End	Opin
English	Gẹẹsi
Enjoy (enjoying)	Jẹ gbadun/ igbadun
Enough	O tito
Enter	Wọle
Entry	Iwọle
Escalator	Atẹsoke
Euro	Aṣẹgun
Evening	Irọlẹ
Every	Gbogbo
Everyone	Onikaluku
Everything	Gbogbo nkan
Exactly	Bẹ gẹẹgẹ
Exit	Jade/ona abajade
Expensive	O won
Experience	Iriri
Eyes	Oju

English	Yoruba

F

Face	Oju
Fall (autumnal)	Igba ẹrun
Fall (falling)	ṣubu/iṣubu
Family	ẹbi
Famous	Gbajumọ
Far	Jina
Fare	Owo ọkọ
Farm	Oko
Fast	Yara
Fat	Sanra/ọra
Feel (touching)	Fi ọwọ kan
Feelings	Imisi
Female	Abo
Fever	Iba
Few	Iwonba
Fight	Ija
Fill	Kun
Fine	Dara
Finger	Ika
Finish	Pari
Fire (heated)	Ina
First	Akọkọ
First-aid kit	Itoju akọkọ
Fish	ẹja
Flat	Pẹlẹbẹ
Floor (carpeting)	Ile nlẹ
Floor (level)	Ilẹ
Flour	Elubọ
Flower	Ododo
Fly	Fo
Foggy	Ikuku
Follow	Tẹle
Food	Ounjẹ

English	Yoruba
Foot	Ese
Forest	Aginju
Forever	Titi lai
Forget	Gbagbe
Fork	Amuga-ijẹun
Foul	Aṣemaṣe
Fragile	Oun ẹlẹgẹ
Free (at liberty)	Ni ominira
Free (no cost)	Lọfẹ
Fresh	Tutu
Fridge	Firiji
Friend	ọrẹ
From	Lati
Frost	Didi
Fruit	Eso
Fry	Din
Frying pan	Pana idana
Full	Kun
Full-time	Ni kikun-akoko
Fun	Igbadun
Funny	Panilerin
Furniture	Ohun ọṣọ ile
Future	ọjọ iwaju

G

Game (match-up)	Ere (mu-soke)
Game (event)	Ere
Garbage	Idọti
Garbage can	Agolo idọti
Garden	ọgba
Gas (gasoline)	Afẹfẹ idana
Gate (airport)	ọna-abawọle (papa)
Gauze	Ase
Get	Gba
Get off (disembark)	Bọ silẹ

English	Yoruba
Gift	ẹbun
Girl	ọmọbirin
Girlfriend	ọrebirin
Give	Fun
Glass	Igo
Glasses (eyeglasses)	Igo oju
Gloves	Ibọwọ
Glue	Ohun ti a fi n lẹ nkan
Go (walk)	Rin
Go (drive)	Wa ọkọ
Go out	Jade
God (deity)	ọlọrun
Gold	Wura
Good	Dara
Government	Ijọba
Gram	Giramu
Granddaughter	ọmọ ọmọ obirin
Grandfather	Baba baba/baba iya
Grandmother	Iya baba/iya mama
Grandson	ọmọ ọmọ ọkunrin
Grass	Koriko
Grateful	Mimọ ore
Grave	Iboji
Great (wonderful)	Nla (iyanu)
Green	Awọ ewe
Grey	Awọ eeru
Grocery	Onje
Grow	Dagba
Guaranteed	Daniloju
Guess	Da ro
Guilty	Jẹbi
Guitar	Jita
Gun	Ibọn
Gym	Idaraya

English	Yoruba

H

Hair	Irun
Hairbrush	Iyari/iyarun
Haircut	Irun gige
Half	Abo
Hand	owo
Handbag	Ipele owo
Handkerchief	Aso inuju
Handmade	Oun ti a fi owose
Handsome	Rewa/ danilorun
Happy	Dunu
Hard (firm)	Le
Hard-boiled	Bibo-lile
Hat	Fila
Have	Ni
Have a cold	Ni ofinkin
Have fun	Je igbadun
He	Oun
Head	Ori
Headache	Ori fifo
Headlights	Ina waju oko
Health	Ilera
Hear	Gbo
Heart	okan
Heat	Oru
Heated	Fi ina ya/mu gbona
Heater	ero igbona
Heavy	Wuwo
Helmet	Akoto
Help	Ran lowo
Her (hers)	Tire
Herb	Ewe/eweko
Herbal	Ti a fi ewe se
Here	Nibi/ibiyi

English	Yoruba
High (steep)	Ga
High school	Ile-iwe giga
Highway	Opopona
Hike	Fikun/rin
Hiking	Fifikun
Hill	Oke
Hire	Gba si işẹ
His	Tirẹ
History	Itan
Holiday	Isinmi
Holidays	Isinmi
Home	Ile
Honey	Oyin
Horse	ẹsin
Hospital	Ile iwosan
Hot	Gbona
Hot water	Omi gbigbona
Hotel	Ile itura
Hour	Wakati
House	Ile
How	Bawo
How much	Melo/elo
Hug	So mọ/somọra
Humid	Rin rin
Hungry (famished)	Ebi npa
Hurt	Panilara
Husband	ọkọ

I

Ice	Yiyin
Ice cream	Wara didi
Identification	Idanimọ
ID card	Iwe idanimọ
Idiot	Oponu/ọdẹ
If	Ti

English	Yoruba
Ill	ṣaarẹ
Important	ṣe pataki
Impossible	Ko ṣe ṣe
In	Ninu
(be) in a hurry	Nkanju
In front of	Ni iwaju
Included	Pẹlu/fi kun
Indoor	Inu ile/abẹ orule
Information	Ifilọ
Ingredient	Ohun elo/elo
Injury	ṣeṣe
Innocent	Aimọ/aimọkan
Inside	Ninu
Interesting	Ti wun ni
Invite	Pe
Island	Erekuṣu
It	Oun
Itch	ẹhun

J

Jacket	Aṣọ kootu kekere
Jail	ẹwọn
Jar	Idẹ
Jaw	Agbọn
Jeep	ọkọ jiipu
Jewelry	Ohun ọṣọ
Job	Iṣẹ
Jogging	Isare
Joke	ẹfẹ
Juice	Oun mimu elerinddodo
Jumper (cardigan)	Igbafẹfẹ

K

Key	Kọkọrọ

English	Yoruba
Keyboard	Oun titẹ
Kilogram	Kilo kan
Kilometer	Awọn kilo
Kind (sweet)	Iru (dun)
Kindergarten	ọsinmi
King	ọba
Kiss	Fẹnukẹnu
Kiss	Ifẹnukẹnu
Kitchen	Yara idana
Knee	Orukun
Knife	ọbẹ
Know	Mọ

L

Lace	Leesi
Lake	Omi adagun
Land	Ile
Language	Ede
Laptop	Kọmputa ti ẹsẹ
Large	Fẹ
Last (finale)	Gbẹyin
Last (previously)	Ti tẹlẹ
Law (edict)	Ofin
Lawyer	Agbejọro
Lazy	ọlẹ
Leader	Olidari
Learn	Kọ
Leather	Awọ
Left (leftward)	Oosi
Leg	ẹsẹ
Legal	Ba ofin mu
Lemon	Oun lila lẹmọni
Lemonade	Lẹmọni
Lens	Jigi iwo
Lesbian	Alagbere tobirin

English	Yoruba
Less	Relẹ/kere
Letter (envelope)	Apo iwe
Lettuce	Oun eso ounjẹ
Liar	Opurọ
Library	Yara ikawe
Lie (lying)	Sun
Lie (falsehood)	Irọ
Life	ẹmi/aye
Light	Imọlẹ
Light (pale)	Mọra/mọlẹ/fun
Light (weightless)	Fuyẹ
Light bulb	Ina
Lighter (ignited)	Fẹrẹ
Like	Fẹran
Lime	Osan wẹwẹ
Lips	Ete
Lipstick	Ikun ete
Liquor store	Ile ọti
Listen	Gbọ/tetisilẹ
Little (few)	Iwọnba
Little (tiny)	Kere
Live (occupy)	Gbe
Local	Agbegbe
Lock	Ti
Locked	Twa ni titi
Long	Gun
Look	Wo
Look for	Wa nkan
Lose	Padanu
Lost	Sọnu
(A) Lot	(A) Pọ
Loud	Pariwo
Love	Ife/nifẹ
Low	Relẹ
Luck	Oriire
Lucky	Oloriire

English	Yoruba
Luggage	Eru
Lump	Odidi
Lunch	Ounjẹ ọsan
Luxury	Afẹ-aye

M

English	Yoruba
Machine	ẹro
Magazine	Magasini
Mail (mailing)	Oun ate jiṣẹ
Mailbox	Bosi atẹjiṣẹ
Main	Oun gangan
Mainroad	Opopona
Make	ṣe
Make-up	ẹṣọ
Man	ọkunrin
Many	ọpọlọpọ
Map	Awọran aye
Market	Ile itaja/taja
Marriage	Igbeyawo
Marry	Fẹ
Matches (matchbox)	Iṣana
Mattress	Akete
Maybe	Boya
Me	Emi
Meal	Ounjẹ
Meat	ẹran
Medicine (medicinals)	Ogun
Meet	Pade
Meeting	Ipade
Member	Ara
Message	Fi ọrọ jiṣẹ
Metal	Irin
Meter	ẹrọ ayẹwo
Microwave	Makirowefu
Midday	ọsan gangan

English	Yoruba
Midnight	Oru ọganjọ
Military	Jagunjagun
Milk	Wara
Millimeter	ẹrọ awọn kekere
Minute (moment)	Iṣẹju
Mirror	Jigi
Miss (lady)	Omidan
Miss (mishap)	Ijamba to ku diẹ
Mistake	Aṣiṣe
Mobile phone	ẹrọ agbeka
Modern	Igbalode
Money	Owo
Month	Oṣu
More	Si
Morning	Owurọ
Mosquito	ẹfọn
Motel	Ile itura
Mother	Mama/iya
Mother-in-law	Iya iyawo/iya ọkọ
Motorbike	Kẹkẹ
Motorboat	ọkọ ti inu omi
Mountain	Ori oke
Mountain range	Odiwan Oke
Mouse	Mausu
Mouth	ẹnu
Movie	Ere
Mr.	ọgbẹni
Mrs./Ms	Arabirin
Mud	ẹrẹ/ẹrofo
Murder	Ipaniyan
Muscle	Iṣan
Museum	Ile-ọnọ
Music	Orin
Mustard	Eweko
Mute	Dakẹ
My	Temi

English	Yoruba

N

Nail clippers	ẹrọ to gekan
Name (moniker)	Orukọ (mọnika)
Name (term)	Awọn orukọ
Name (surname)	Orukọ baba eni
Napkin	Aṣọ-inuwọ
Nature	Ayanmọ
Nausea	Inu rirun
Near (close)	Sumọ
Nearest	Sumọju
Necessity	Koṣeemani
Neck	ọrùn
Necklace	ẹgba ọrùn
Need	Nilo
Needle (stitch)	Okini (ran)
Negative	Odi
Neither...nor...	Bẹni ... Tabi ...
Net	Awọn
Never	Lae
New	Tuntun
News	Iroyin
Newspaper	Iwe iroyin
Next (ensuing)	Tẹle
Next to	Fariti/sunmọ jul
Nice	Dara
Nickname	Apeja
Night	Alẹ
Nightclub	Ile ijo alẹ
No	Rara
Noisy	Pariwo
None	Rara
Nonsmoking	Ko si fifa efin
Noon	ọsan gangan
North	Ariwa

English	Yoruba
Nose	Imu
Not	Rara
Notebook	Iwe ikọwe
Nothing	Kosi nkan
Now	Isisiyi
Number	Nọmba
Nurse	Nọọsi
Nut	Irin ẹrọ

O

Ocean	Osa
Off (strange)	Pa (jeji)
Office	Yara iṣẹ
Often	ọpọlọpọ igba
Oil (oily)	Ororo
Old	Gbo/agba
On	Ni asopọ
On time	Tete
Once	Lẹẹkan
One	Ookan
One-way	ọna kan
Only	Kan ṣoṣo
Open	ṣi
Operation (process)	Ilana eto
Operator	Olumẹrọ
Opinion	Ipinu
Opposite	Idakeji
Or	Tabi
Orange (citrus)	ọsan
Orange (color)	Awọ osan
Orchestra	ẹgbẹ elere
Order	Dari
Order	Paṣẹ
Ordinary	Lasan
Original	Ojulowo

English	Yoruba
Other	Omiran
Our	Tiwa/tiwantiwa
Outside	Ita
Oven	ẹrọ gbigbona
Overnight	Aṣalẹ
Overseas	Oke okun
Owner	Oninkan
Oxygen	Afẹfẹ ọsijini

P

Package	Oun a ṣe lọsọ
Packet	Pakẹti
Padlock	Agadagodo
Page	Oju ewe
Pain	Irora
Painful	Roni lara
Painkiller	Oun to dẹkun irora
Painter	Akunle
Painting (canvas)	Kikun (igbokun)
Painting (the art)	Kikun (ti awo ran)
Pair	Ida ona meji
Pan	Panu
Pants (slacks)	Awọtẹlẹ abẹ
Paper	Ewe
Paperwork	Iṣẹ iwe
Parents	Obi
Park	Ibudokọ ọkọ
Park (parking)	Gbigbe ọkọ kalẹ
Part (piece)	ẹka (ẹkajẹka)
Part-time	Abo-akoko
Party (celebration)	Ajọyọ
Party (political)	Oṣelu
Pass	Kọa/yege
Passenger	Ero ọkọ
Passport	Pasipọtu

English	Yoruba
Past (ago)	Igba to ti kọja
Path	Ipa ọna
Pay	San
Payment	Owo sisan
Peace	Alafia
Peach	Eso
Peanut	ẹpa
Pear	Eso pia
Pedal	Atẹmolẹ ti kẹkẹ
Pedestrian	ọọna
Pen	Gege
Pencil	Ikọwe
People	Awọn eeyan
Pepper (peppery)	Ata/ta
Per	Si
Per cent	Si ọgọrun
Perfect	Se dede
Performance	Si imuṣẹ
Perfume	Orun pafumu
Permission (permit)	Gba laaye
Person	Eniyan
Petrol	Pẹtiro/epo
Petrol station	Ile epo
Pharmacy	Ile ita ogun
Phone book	Iwe nọmba ẹrọ agbeka
Photo	Aworan
Photographer	Ayaworan/oluya
Pigeon	ẹyẹ ile
Pie	Roboto
Piece	Nkan
Pig	ẹlẹdẹ
Pill	Ogun
Pillow	Irọri
Pillowcase	Aṣọ irọri
Pink	Awọ pipan
Place	Ibi

47

English	Yoruba
Plane	Baluu
Planet	Oun iṣẹda
Plant	Oun ogbin
Plastic	Ike
Plate	Abọ
Play (strum)	ṣere
Play (theatrical)	ṣere itage
Plug (stopper)	Oun idaduro
Plug (socket)	Sọkẹti
Plum	Pulọmu
Pocket	Apo
Point	Amin
Poisonous	Majele
Police	ọlọpa
Police officer	Oṣiṣẹ ọlọpa
Police station	Ile epo
Politics	Oṣelu
Pollution	Dabukun lu
Pool (basin)	Odo iwẹ
Poor	Tosi
Popular	Ilu mọka
Pork	ẹran ẹlẹdẹ
Port (dock)	Ebute
Positive	Ti o yẹ
Possible	Oṣe ṣe
Postcard	Kadi fun akọjiṣẹ
Post office	Ile atẹjiṣẹ
Pot (kettle)	Pọtu
Potato	ọdunkun
Pottery	Imọ-koko
Pound (ounces)	Pọun
Poverty	Oṣi
Powder	Elubọ
Power	Agbara
Prayer	Adura
Prefer	Fẹ

English	Yoruba
Pregnant	Feraku/loyun
Prepare	şe eto
Prescription	Bi a şe tọni lati lo/şe
Present (treat)	şe dada
Present (now)	Nisisinyi/nisiyi
President	Arẹ
Pressure	Iporuru
Pretty	Fanimọra/rẹwa
Price	Iye owo
Priest	Alufa
Printer (printing)	erọ itẹwe
Prison	ẹwọn
Private	Idakọnkọ
Produce	şe/peşe
Profit	Ere
Program	Eto
Promise	Ileri
Protect	Pamọ
Pub	Ile ọti
Public toilet	Ile igbọnsẹ apapọ
Pull	Fa
Pump	erọ ifami
Pumpkin	Eşo
Pure	Mọ
Purple	Awo aluko
Purse	Apo ikowosi
Push	Ti
Put	Fi si

Q

Quality	Iwon didara nkan
Quarter	Ilarin
Queen	Ayaba
Question	Ibeere
Queue	To sori ila

English	Yoruba
Quick	Kika
Quiet	Kẹlẹkẹlẹ
Quit	Fi silẹ/kuro nibikan

R

Rabbit	Ehoro
Race (running)	Ere ije
Radiator	Agbọn orun danu
Radio	Asọrọ-magbesi
Rain	Ojo
Raincoat	Aṣọ ojo
Rare (exotic)	Wọn
Rare (unique)	ṣọwọn
Rash	Kurukuru
Raspberry	Eso
Rat	Eku
Raw	Ni tutu
Razor	Abẹfẹlẹ
Read	Ka
Reading	Nka
Ready	ṣe tan
Rear (behind)	ṣọwọn (lẹyin)
Reason	Idi
Receipt	Risipiti
Recently	Laipẹ
Recomment	Tu sọ lori rẹ
Record (music)	Gba ohun orin silẹ
Recycle	Yipada
Red	Pupa
Refrigerator	ẹrọ amomi tutu
Refund	Dapada
Refuse	Kọ
Regret	Kabamọ
Relationship	Ajọṣepọ
Relax	Sinmi

English	Yoruba
Relic	Oun ti eniyan gbagbọ
Religion	ẹsin
Religious	Pẹlu ilana ẹsin
Remote	ọna jinjin
Rent	Ya
Repair	Tunṣe
Reservation (reserving)	Ipese silẹ
Rest	Sinmi
Restaurant	Ile ounjẹ
Return (homecoming)	Pada wa sile
Return (returning)	Dapada/pada
Review	ṣe ayẹwo
Rhythm	Ohun orin
Rib	Iha
Rice	Irẹsi
Rich (prosperous)	Lọrọ
Ride	Gun
Ride (riding)	Gun
Right (appropriate)	Oun to yẹ
Right (rightward)	ọwọ ọtun
Ring (bauble)	Lu
Ring (ringing)	Lu
Rip-off	Mu luro
River	Odo
Road	Ojuna/ona
Rob	Ja lole
Robbery	Ole jija
Rock	Apata
Romantic	Danilọrun
Room (accommodation)	Ibugbe/yara
Room (chamber)	Yara
Room number	Numba yara
Rope	Okun
Round	Roboto
Route	Ipa ọna
Rug	ẹni

English	Yoruba
Ruins	Idibajẹ
Rule	Dari
Rum	ọti
Run	Sare

S

Sad	Banujẹ
Safe	Ni ipamọ
Salad	Saladi
Sale (special)	Ta (to yatọ)
Sales tax	Tita owori
Salmon	Salimọni
Salt	Iyọ
Same	Bakanna
Sand	Iyepẹ
Sandal	Salubata
Sauce	Amohundun
Saucepan	Panu amohundun
Sauna	Ibi iwẹ
Say	Sọ
Scarf	Iborun
School	Ile iwe
Science	Sayẹnsi
Scientist	Oni sayẹnsi
Scissors	Sisọsi
Sea	Okun
Seasickness	Aisan okun
Season	Akoko
Seat	Joko/ijoko
Seatbelt	Okun isoni mọ aga
Second (moment)	Iṣẹju aya
Second	Ekeji
See	Ri
Selfish	Ni awun
Sell	Ta

English	Yoruba
Send	Ran
Sensible	Omu ọpọlọ da ni
Sensual	Ifẹkufẹ
Seperate	Yasọtọ
Serious	Gidigan
Service	Isin
Several	ọpọlọpọ
Sew	Ran
Sex	Ibalopọ
Sexism	Iṣe ibalopọ
Sexy	Muni lati ni ibalopọ
Shade (shady)	Iboji/iboju
Shampoo	ọsẹ ifọrun
Shape	Irisi
Share (sharing)	Pin (pin kiri)
Share (allotment)	Pin arabirin
Shave	Gẹ irun
Shaving cream	Ikunra igerun
She	Arabirin
Sheet (linens)	Aṣọ
Ship	ọkọ oju omi
Shirt	ẹwu
Shoes	Bata
Shoot	Yin
Shop	Yara itaja
Shop	Raja
Shopping center	Ibi itaja
Short (low)	Kuru
Shortage	Aito
Shorts	ṣokoto penpe
Shoulder	Ejika
Shout	Pariwo
Show	Fihan
Show	Afihan
Shower	Iwẹ
Shut	Ti

English	Yoruba
Shy	Tiju
Sick	Rẹ
Side	ẹgbẹ
Sign	Ami
Sign (signature)	Ontẹ
Signature	Ami ọwọ
Silk	Siliki
Silver	Fadaka
Similar	Farajọ
Simple	Rọrun
Since	Lati
Sing	Kọrin
Singer	Akọrin
Single (individual)	Nikan/ẹnikan
Sister	Arabirin
Sit	Joko
Size (extent)	Iwọn
Skin	Awọ
Skirt	Yẹri
Sky	Ofurufu
Sleep	Sun
Sleepy	Fẹsun
Slice	Ge
Slow	Lọọra
Slowly	Ni ilọra
Small	Kekere
Smell	Run
Smile	Rẹrin
Smoke	Eefin
Snack	Ipanu
Snake	Ejo
Snow	Yinyin
Soap	ọsẹ
Socks	Ibosẹ
Soda	Konisuga
Soft-drink	ọti ti kole

English	Yoruba
Some	Die ninu awon
Someone	enikan
Something	Nkan
Son	omo okunrin
Song	Orin
Soon	Laipe
Sore	Egbo
Soup	obe
South	Guusu
Specialist	Akosemose
Speed (rate)	Iwon ere sisa
Spinach	efo tete
Spoiled (rotten)	Baje/jera
Spoke	Soro
Spoon	sibi
Sprain	selese
Spring (prime)	se jade/ wu jade
Square (town center)	Gbagede
Stadium	Papa isere
Stamp	Ounte
Star	Irawo
Star sign	Ami irawo
Start	Bere
Station	Ibudo
Statue	Eree
Stay (sleepover)	Duro
Steak	Sisu
Steal	Ji
Steep	Dageere
Step	Ategun/te
Stolen	Ji
Stomach	Inu
Stomach ache	Inu riun
Stone	Okuta
Stop (station)	Ibuso
Stop (halt)	Duro

English	Yoruba
Stop (avoid)	Kọọ
Storm	Iji
Story	Itan
Stove	Ohun idana
Straight	Geere
Strange	Ajoji
Stranger	Ajeji
Strawberry	Eso aluko
Street	Opopona
String	Okun irin
Stroller	Aga irinṣẹ
Strong	Le/lagbarẹ
Stubborn	Lagidi
Student	ọmọ ile iwe
Studio	Ibudo
Stupid	Gọọ
Suburb	Agbegbe
Subway (underground)	Abẹ ile
Sugar	ṣuga
Suitcase	Apo
Summer	Akoko ẹrun
Sun	Orun
Sun block	Ikunra idekun orun
Sunburn	Ijona lati ọwọ oorun
Sunglasses	Jigi orun
Sunny	Orun nran
Sunrise	Ijade orun
Sunset	Iwọ orun
Supermarket	Ile itaja
Surf	Wa
Surprise	Yalẹnu
Sweater	Todun
Sweet	Dun
Swelling	Wiwu
Swim	Wẹ
Swiming pool	Omi iwẹ

English	Yoruba
Swimsuit	Aṣọ iwẹ

T

Table	Tabili
Tablecloth	Aṣọ tabili
Tall	Ga
Take	Gba
Take photos	Ya aworan
Talk	Sọrọ
Tap	ẹrọ
Tap water	Omi ẹrọ
Tasty	Tun
Tea	Tii
Teacher	Olukọ
Team	ẹgbẹ
Teaspoon	ṣibi
Teeth	Eyin
Telephone	Aago ipe
Television	Amoun-maworan
Tell	Sọ/sọfun
Temperature (feverish)	Ngbona
Temperature (degrees)	Iwọn gbigbona
Terrible	Burujai
Thank	Dupẹ
That (one)	Iyẹn
Theater	Itage
Their	Tiwọn
There	Lohun
Thermometer	ẹrọ ti oyẹ igbona wo
They	Awọn
Thick	Nipọn
Thief	Ole
Thin	Tirin
Think	Ronu

English	Yoruba
Third	Ikẹẹta
Thirsty (parched)	Orungbẹ
This (one)	Eyi
Throat	ọfun
Ticket	Tikẹti
Tight	Fun
Time	Akoko
Time difference	Iyatọ ninu akoko
Tin (aluminium can)	Agolo
Tiny	Kere
Tip (tipping)	Eti
Tire	Rẹ/su
Tired	Rẹ
Tissues	Ara/iwe pelebẹ
To	Si
Toast (toasting)	Ifi ife han
Toaster	Olufẹ han
Tobacco	Taaba
Today	Oni
Toe	ọmọ ika ẹsẹ
Together	Lapapọ
Toilet	Ile igbọnsẹ
Toilet paper	Ewe igbọnse
Tomato	Ata/tomato
Tomorrow	ọla
Tonight	Lalẹyi
Too (additionally)	Pẹlu
Too (excessively)	Pọju
Tooth	Eyin
Toothbrush	Fẹlẹ ifọyin
Toothpaste	Ohun ifọyin
Touch	Fi ọwọ kan
Tour	Rin irin ajo/ṣa bẹwo
Tourist	Aririn ajo
Towards	Lọ sọdọ
Towel	Aṣọ inura

English	Yoruba
Tower	Ile giga
Track (pathway)	Ipa ọna
Track (racing)	Ipa ere sisa
Trade (trading)	Owo ṣiṣe
Trade (career)	ẹkọ
Traffic	Awọn ọkọ loju popo
Traffic light	Ina idakọ-duro
Trail	Tẹle/ipa ọna
Train	ọkọ afayafa
Train station	Ibudoko afayafa
Tram	ọkọ
Translate	Tumọ
Translation	Itumọ
Transport	Lọ/gbe nkan lọ
Travel	Rin irin ajo
Tree	Igi
Trip (expedition)	Irin ajo
Truck	ọkọ
Trust	Fọkantan
Try (trying)	Gbiyanju
Try (sip)	Gbiyanju/mu
T-shirt	ẹwu
Turkey	Tolotolo
Turn	Yipada
TV	Amoun-maworan
Tweezers	Irin iṣẹ
Twice	Lẹmeji
Twins	Ibeji
Two	Meji
Type	Iru
Typical	Aṣoju/iru

U

Umbrella	Agbọrun/agbojo
Uncomfortable	Nilara

English	Yoruba
Understand	Ye
Underwear	Awotẹlẹ
Unfair	Kodara
Until	Titi
Unusual	Ajeji
Up	Oke
Uphill	Oke/ibi giga
Urgent	Pajawiri
Useful	Wulo

V

Vacation	Isinmi
Valuable	Alumọni
Value	Iye
Van	ọkọ
Vegetable	Ewebẹ
Vegeterian	Ajewebẹ
Venue	Ibi ti ati fẹ ṣe nkan
Very	Gidigan
Video recorder	ẹrọ agboun ati aworan
View	Wo
Village	Abule
Vinegar	ọti kikan
Virus	Kokoro
Visit	Bẹwo
Visit	Bẹwo
Voice	Ohun
Vote	Dibo

W

Wage	Owo ọya
Wait	Duro
Waiter	Oluduro
Waiting room	Yara iduro

English	Yoruba
Wake (someone) up	Ji
Walk	Rin
Want	Fẹ
War	Ogun
Wardrobe	Aṣọ/ibi ikaṣọ si
Warm	Lọwọrọ
Warn	Kilọ fun
Wash (bathe)	Fọ (iwẹ)
Wash (scrub)	Fọ
Wash cloth	Fọ aṣọ
Washing machine	ẹrọ ifọṣọ
Watch	Ago
Watch	Wo
Water	Omi
Water bottle	Igo omi
Watermelon	Elegbede
Waterproof	Ti omi kole wọ
Wave	Igbi
Way	ọna
We	Awa
Wealthy	Lọrọ
Wear	Wọ
Weather	Oju ọjọ
Wedding	Igbeyawo
Week	ọsẹ
Weekend	Opin ọsẹ
Weigh	Wọn/iwọn
Weight	Iwọn wuwo
Weights	Iwọn
Welcome	Ka'bọ
Well	Kanga
West	Iwo orun
Wet	Tutu
What	Kini
Wheel	Kẹkẹ
Wheelchair	Kẹkẹ

English	Yoruba
When	Nigbawo
Where	Nibo
Which	Ewo
White	Funfun
Who	Tani
Why	Idi
Wide	Fẹẹ
Wife	Aya
Win	Bori
Wind	Afẹfẹ
Window	Ferese
Wine	ọti
Winner	Olubori
Winter	Igba otutu
Wish	Fẹ
With	Pẹlu
Within (until)	Ninu
Without	Laisi
Wonderful	Iyanu
Wood	Igi
Wool	Owu
Word	ọrọ
Work	Iṣẹ
World	Aiye
Worried	Daamu
Wrist	ẹgba ọwọ
Write	Kọ
Writer	Olukọ/akọwe
Wrong	Ti ko tọ

Y

Year	ọdun
Years	Awọn ọdun
Yellow	Awọ resuresu
Yes	Bẹẹni

English	Yoruba
Yesterday	Ana
(Not) yet	Sibẹ
You	Iwọ
You	Iwọ
Young	ọdọ
Your	Tirẹ

Z

Zipper	Idalẹnu
Zoo	Ibi ti anko ẹran si
Zucchini	Akeregbe kekere

b. Yoruba to English

Yoruba	English
Aago ipe	Telephone
Aaye	Chance
Abayori oun iworan	Contact lens solution
Abẹ ile	Subway (underground)
Abẹfẹlẹ	Razor
Abẹla/imolẹ	Candle
Abẹtẹlẹ	Bribe
Abo	Female
Abọ	Bowl
Abọ	Half
Abọ	Plate
Abọ ijẹun	Dish
Abo-akoko	Part-time
Abule	Village
Adiẹ	Chicken
Adirẹsi	Address
Adura	Prayer
Afara	Bridge
Afẹ-aye	Luxury
Afẹfẹ	Wind
Afẹfẹ idana	Gas (gasoline)
Afẹfẹ ọsijini	Oxygen
Afihan	Show
Aga	Chair
Aga irinsẹ	Stroller
Agadagodo	Padlock
Agba	Adult
Agbado	Corn
Agbalumo	Cherry
Agbara	Power
Agbegbe	Local
Agbegbe	Suburb
Agbẹjọro	Lawyer

64

Yoruba	English
Agbelebu	Cross (crucifix)
Agbọmọ joko	Babysitter
Agbọn	Jaw
Agbọn orun danu	Radiator
Agbọrun/agbojo	Umbrella
Aginju	Forest
Ago	Watch
Agogo	Clock
Agogo oni alamu	Alarm clock
Agolo	Tin (aluminium can)
Agolo idọti	Garbage can
Aidunu	Boring
Aimọ/aimọkan	Innocent
Aisan okun	Seasickness
Aito	Shortage
Aiye	World
Aja	Dog
Ajeji	Stranger
Ajeji	Unusual
Ajewebẹ	Vegeterian
Ajoji	Strange
Ajọsepọ	Relationship
Ajọyọ	Celebration
Ajọyọ	Party (celebration)
Akanle/kapinta	Carpenter
Akara igbeyawo	Cake (wedding cake)
Akara ọjọ ibi	Cake (birthday cake)
Akawo	Cashier
Akeregbe kekere	Zucchini
Akete	Mattress
Akinkanju	Brave
Akoko	Season
Akoko	Time
Akọkọ	First
Akoko ẹrun	Summer
Akọrin	Singer

Yoruba	English
Akọṣẹmọṣẹ	Specialist
Akoto	Helmet
Akunle	Painter
Ala	Border
Ala	Dream
Alafia	Peace
Alagbere tobirin	Lesbian
Alẹ	Night
Alufa	Priest
Alumọni	Valuable
Ami	Sign
Ami irawo	Star sign
Ami ọwọ	Signature
Amin	Point
Amohundun	Sauce
Amoun-maworan	Television
Amoun-maworan	TV
Amuga-ijẹun	Fork
Amulumala	Cocktail
Ana	Yesterday
Apa	Arm
Apata	Rock
Apẹẹrẹ	Basket
Apeja	Nickname
Apo	Bag
Apo	Pocket
Apo	Suitcase
Apo ẹyin	Backpack
Apo ikowosi	Purse
Apo iwe	Letter (envelope)
Apoti	Box
Ara	Body
Ara	Member
Ara/iwe pelebe	Tissues
Arabirin	Mrs./Ms
Arabirin	She

Yoruba	English
Arabirin	Sister
Arakunrin	Brother
Arẹ	President
Arin	Center
Arin ilu	City center
Aririn ajo	Tourist
Ariwa	North
Arọ	Cereal
Aṣa	Custom
Aṣalẹ	Overnight
Aṣálẹ	Dessert
Ase	Gauze
Aṣẹgun	Euro
Aṣemaṣe	Foul
Asipirini	Aspirin
Aṣiṣe	Mistake
Aṣọ	Clothing
Aṣọ	Sheet (linens)
Aṣọ buluu fẹrẹ	Blue (light blue)
Aṣọ buluu to pọn	Blue (dark blue)
Aṣọ ibora	Blanket
Aṣọ inuju	Handkerchief
Aṣọ inura	Towel
Aṣọ irọri	Pillowcase
Aṣọ iso egbo	Bandage
Aṣọ iwẹ	Bathing suit
Aṣọ iwẹ	Swimsuit
Aṣọ kootu kekere	Jacket
Aṣọ ojo	Raincoat
Aṣọ tabili	Tablecloth
Aṣọ/ibi ikaṣọ si	Wardrobe
Aṣọ-inuwọ	Napkin
Aṣoju/iru	Typical
Asọrọ-magbesi	Radio
Ata/ta	Pepper (peppery)
Ata/tomato	Tomato

Yoruba	English
Atẹgun	Air
Atẹgun	Elevator
Atẹgun/tẹ	Step
Atẹmolẹ ti kẹkẹ	Pedal
Atẹsoke	Escalator
Awa	We
Awọ	Color
Awọ	Leather
Awọ	Skin
Awo aluko	Purple
Awọ eeru	Grey
Awọ ewe	Green
Awọ osan	Orange (color)
Awọ pipan	Pink
Awọ resuresu	Yellow
Awọn	Centimeter
Awọn	Net
Awọn	They
Awọn alaye	Details
Awọn aṣa	Customs
Awọn eeyan	People
Awọn kilo	Kilometer
Awọn ọdun	Years
Awọn ọkọ loju popo	Traffic
Awọn ọmọde	Children
Awọn orukọ	Name (term)
Awon owu	Cotton balls
Aworan	Photo
Awọran aye	Map
Aworan yiya	Art
Awotẹlẹ	Underwear
Awọtẹlẹ abẹ	Pants (slacks)
Aya	Wife
Àyà	Chest (torso)
Ayaba	Queen
Ayan	Cockroach

Yoruba	English
Ayanmọ	Nature
Ayaworan	Artist
Ayaworan/oluya	Photographer
Ayika	Cycle
Ba ni ọ	Chat up
Ba ofin mu	Legal
Baba	Dad
Baba baba/baba iya	Grandfather
Bajẹ/jẹra	Spoiled (rotten)
Bakanna	Same
Baluu	Plane
Baluwẹ	Bathroom
Bani ninu jẹ	Awful
Banujẹ	Sad
Bata	Boots (shoes)
Bata	Shoes
Batiri	Battery
Bawo	How
Bẹ gẹẹgẹ	Exactly
Bẹẹni	Yes
Bẹni ... Tabi ...	Neither...nor...
Bere	Ask (request)
Bẹrẹ	Start
Bere ibere	Ask (questinoning)
Bẹru	Afraid
Bẹwo	Visit
Bẹwo	Visit
Bi a ṣe tọni lati lo/ṣe	Prescription
Bibọ-lile	Hard-boiled
Binu	Angry
Bọ silẹ	Get off (disembark)
Bọọlu	Ball (sports)
Bori	Win
Bosi atẹjiṣẹ	Mailbox
Bọta	Butter
Boya	Maybe

Yoruba	English
Buraun	Brown
Burẹdi/akara	Bread
Buru	Bad
Burujai	Terrible
Da ro	Guess
Daamu	Worried
Dabukun lu	Pollution
Daduro/idaduro	Delay
Dagba	Grow
Dageere	Steep
Dakẹ	Mute
Daniloju	Guaranteed
Danilọrun	Romantic
Dapada	Refund
Dapada/pada	Return (returning)
Dara	Fine
Dara	Good
Dara	Nice
Dari	Order
Dari	Rule
Di de	Arrivals
Dibo	Vote
Didi	Frost
Diẹ ninu awọn	Some
Din	Fry
Diti/aditi	Deaf
Dojuti	Embarrassed
Dọkita	Doctor
Dokita eyin	Dentist
Dudu	Black
Dun	Sweet
Dunu	Happy
Dupẹ	Thank
Duro	Stay (sleepover)
Duro	Stop (halt)
Duro	Wait

Yoruba	English
ẹbi	Family
Ebi npa	Hungry (famished)
ẹbun	Gift
Ebute	Port (dock)
Ebuteọkọ	Bus stop
Ede	Language
Eefin	Smoke
Eemi	Breathe
ẹfẹ	Joke
ẹfọ tẹtẹ	Spinach
ẹfọn	Mosquito
ẹgba ọrùn	Necklace
ẹgba ọwọ	Wrist
ẹgbẹ	Side
ẹgbẹ	Team
ẹgbẹ elere	Orchestra
ẹgbẹ olorin	Band (musician)
ẹgbẹẹ	Corner
Egbo	Sore
Ehoro	Rabbit
ẹhun	Itch
ẹja	Fish
ẹjẹ	Blood
Ejika	Shoulder
Ejo	Snake
ẹka (ẹkajẹka)	Part (piece)
ẹka itoju pamọ	Department store
Ekeji	Second
ẹkọ	Education
ẹkọ	Trade (career)
Eku	Rat
ẹlẹdẹ	Pig
Elegbede	Watermelon
Elubọ	Flour
Elubọ	Powder
Emi	Me

Yoruba	English
ẹmi/aye	Life
ẹni	Rug
ẹnikan	Someone
Eniyan	Person
ẹnu	Mouth
ẹnu ibode ilọkuro	Departure gate
ẹpa	Peanut
ẹran	Meat
ẹran ẹlẹdẹ	Pork
ẹran malu	Beef
ẹran sisun	Bacon
ẹranko	Animal
Ere	Concert
Ere	Game (event)
Ere	Movie
Ere	Profit
Ere (mu-soke)	Game (match-up)
Ere ije	Race (running)
ẹrẹ/ẹrofo	Mud
Eree	Statue
Erekuṣu	Island
ẹro	Machine
ẹrọ	Tap
ẹrọ agbeka	Cell phone
ẹrọ agbeka	Mobile phone
ẹrọ agboun ati aworan	Video recorder
ẹrọ amomi tutu	Refrigerator
ẹrọ amule tutu	Air conditioning
ẹrọ asanwo	ATM
ẹrọ awọn kekere	Millimeter
ẹrọ ayẹwo	Meter
ẹrọ gbigbona	Oven
ẹrọ ifami	Pump
ẹrọ ifọsọ	Washing machine
ẹrọ igbona	Heater
ẹrọ itẹwe	Printer (printing)

Yoruba	English
Ero ọkọ	Passenger
ẹrọ ti oyẹ igbona wo	Thermometer
ẹrọ to gekan	Nail clippers
Eru	Luggage
ẹru	Baggage
Ese	Foot
ẹsẹ	Leg
ẹsin	Horse
ẹsin	Religion
Eso	Apple
Eso	Fruit
Eso	Peach
Eso	Raspberry
Eṣo	Pumpkin
ẹṣọ	Make-up
Eso aluko	Strawberry
Eso jijẹ ti alẹ	Desert
Eso pia	Pear
Ete	Lips
Eti	Ear
Eti	Tip (tipping)
Eti odo	Coast
Eto	Program
Ewe	Paper
Ewe igbọnse	Toilet paper
Ewe/eweko	Herb
Ewebẹ	Vegetable
Eweko	Mustard
Ewo	Which
ẹwọn	Jail
ẹwọn	Prison
ẹwu	Dress
ẹwu	Shirt
ẹwu	T-shirt
ẹyẹ	Bird
ẹyẹ ile	Pigeon

Yoruba	English
Eyi	This (one)
Eyin	Egg
Eyin	Teeth
Eyin	Tooth
ẹyin	Back (body)
Fa	Pull
Fadaka	Silver
Fagile	Cancel
Fanimọra/rẹwa	Pretty
Farajọ	Similar
Fariti/sunmọ jul	Next to
Fẹ	Large
Fẹ	Marry
Fẹ	Prefer
Fẹ	Want
Fẹ	Wish
Fẹẹ	Wide
Fẹlẹ ifọyin	Toothbrush
Fẹnukẹnu	Kiss
Fẹraku/loyun	Pregnant
Fẹran	Like
Fẹrẹ	Lighter (ignited)
Ferese	Window
Fẹsun	Sleepy
Fi ina ya/mu gbona	Heated
Fi jiṣẹ	Deliver
Fi ọrọ jiṣẹ	Message
Fi ọwọ kan	Feel (touching)
Fi ọwọ kan	Touch
Fi si	Put
Fi silẹ/kuro nibikan	Quit
Fifikun	Hiking
Fihan	Show
Fikun/rin	Hike
Fila	Hat
Firiji	Fridge

Yoruba	English
Fo	Fly
Fọ	Break
Fọ	Broken (breaking)
Fọ	Wash (scrub)
Fọ (iwẹ)	Wash (bathe)
Fọ aṣọ	Wash cloth
Fọju/afọju	Blind
Fọkantan	Trust
Fun	Give
Fun	Tight
Funfun	White
Fuyẹ	Light (weightless)
Ga	High (steep)
Ga	Tall
Gba	Admit
Gba	Agree
Gba	Earn
Gba	Get
Gba	Take
Gba laaye	Permission (permit)
Gba laye	Can (allowed)
Gba ni yan ju	Complimentary (on the house)
Gba ohun orin silẹ	Record (music)
Gba si iṣe	Hire
Gbagbe	Forget
Gbagede	Square (town center)
Gbajumọ	Famous
Gbe	Carry
Gbe	Live (occupy)
Gbẹ	Dry
Gbẹẹ	Dry (warm up)
Gbẹyin	Last (finale)
Gbigbe ọkọ kalẹ	Park (parking)
Gbiyanju	Try (trying)
Gbiyanju/mu	Try (sip)
Gbọ	Hear

Yoruba	English
Gbo/agba	Old
Gbọ/tetisilẹ	Listen
Gbodi	Allergy
Gbogbo	Every
Gbogbo ẹ	All
Gbogbo nkan	Everything
Gbona	Hot
Gboo	Brush
Ge	Cut
Ge	Slice
Gẹ irun	Shave
Ge jẹ (aja ge jẹ)	Bite (dog bite)
Geere	Straight
Gẹẹsi	English
Gege	Pen
Gidigan	Serious
Gidigan	Very
Gigunka	Cycling
Gilasi iworan	Contact lenses
Giramu	Gram
Gọọ	Stupid
Gun	Climb
Gun	Long
Gun	Ride
Gun	Ride (riding)
Gun/wọ	Board (climb aboard)
Guusu	South
Iba	Fever
Ibadọgba	Adapter
Ibalopọ	Sex
Ibeere	Question
Ibeji	Twins
Ibi	Place
Ibi akopọ	Campsite
Ibi isinku	Cemetery
Ibi itaja	Shopping center

Yoruba	English
Ibi iwẹ	Sauna
Ibi ti a ti ngba ẹru	Baggage claim
Ibi ti anko ẹran si	Zoo
Ibi ti ati fẹ ṣe nkan	Venue
Ibisun meji	Double bed
Iboji	Grave
Iboji/iboju	Shade (shady)
Ibọn	Gun
Iborun	Scarf
Ibosẹ	Socks
Ibọwọ	Gloves
Ibudo	Station
Ibudo	Studio
Ibudokọ	Bus station
Ibudoko afayafa	Train station
Ibudokọ ọkọ	Park
Ibugbe	Apartment
Ibugbe/yara	Room (accommodation)
Ibusọ	Stop (station)
Ibusun	Bed
Ida ona meji	Pair
Idahun	Answer
Idaji	Dawn
Idakeji	Opposite
Idakọnkọ	Private
Idalẹnu	Zipper
Idanimọ	Identification
Idaraya	Gym
Idẹ	Jar
Idi	Reason
Idi	Why
Idibajẹ	Ruins
Idọti	Dirty
Idọti	Garbage
Ife/nifẹ	Love
Ifẹkufẹ	Sensual

Yoruba	English
Ifẹnukẹnu	Kiss
Ifi ife han	Toast (toasting)
Ifilọ	Information
Ifọkan balẹ	Comfortable
Igba ẹrun	Fall (autumnal)
Igba otutu	Winter
Igba to ti kọja	Ago
Igba to ti kọja	Past (ago)
Igbadun	Fun
Igbafẹfẹ	Jumper (cardigan)
Igbalode	Modern
Igbe	Carriage
Igbẹ gbuuru	Diarrhea
Igbeyawo	Marriage
Igbeyawo	Wedding
Igbi	Wave
Igi	Tree
Igi	Wood
Igo	Bottle
Igo	Glass
Igo oju	Glasses (eyeglasses)
Igo omi	Water bottle
Iha	Rib
Ija	Fight
Ijade orun	Sunrise
Ijamba to ku diẹ	Miss (mishap)
Ijamba/akọlu	Disaster
Ijanba	Accident
Ijeta	Day before yesterday
Iji	Storm
Ijo/ ijo jijo	Dance
Ijọba	Government
Ijona lati ọwọ oorun	Sunburn
Ika	Finger
Ike	Bucket
Ike	Plastic

Yoruba	English
Ikẹẹta	Third
Ikọ	Cough
Ikojopọ	Camp
Ikọmu	Bra
Ikọwe	Pencil
Ikuku	Foggy
Ikun ete	Lipstick
Ikunra idekun orun	Sun block
Ikunra igerun	Shaving cream
Ilana eto	Operation (process)
Ila-orun	East
Ilarin	Quarter
Ile	Building
Ile	Home
Ile	House
Ile	Land
Ilẹ	Floor (level)
Ile atẹjiṣẹ	Post office
Ile ẹkọ giga	College
Ile epo	Petrol station
Ile epo	Police station
Ile giga	Tower
Ile ifowopamọ	Bank
Ile igbọnsẹ	Toilet
Ile igbọnsẹ apapọ	Public toilet
Ile ijo alẹ	Nightclub
Ile ijọsin	Cathedral
Ile isẹ burẹdi	Bakery
Ile iṣẹ ofurufu	Airline
Ile ita aso	Clothing store
Ile ita ogun	Pharmacy
Ile itaja	Supermarket
Ile itaja(iwe)	Bookshop
Ile itaja/taja	Market
Ile itura	Hotel
Ile itura	Motel

Yoruba	English
Ile iwe	School
Ile iwosan	Hospital
Ile nlẹ	Floor (carpeting)
Ile ọti	Liquor store
Ile ọti	Pub
Ile ounjẹ	Restaurant
Iledi	Diaper
Ile-iwe giga	High school
Ilẹkun	Door
Ile-ọnọ	Museum
Ilera	Health
Ileri	Promise
Ilọkuro	Departure
Ilọpo meji	Double
Ilu	City
Ilu	Drums
Ilu mọka	Popular
Imisi	Feelings
Imo toto	Cleaning
Imọ-koko	Pottery
Imọlẹ	Light
Imoran	Advice
Imu	Nose
Ina	Fire (heated)
Ina	Light bulb
Ina idakọ-duro	Traffic light
Ina manamana	Electricity
Ina sisun	Campfire
Ina waju ọkọ	Headlights
Inu	Stomach
Inu ile/abẹ orule	Indoor
Inu rirun	Nausea
Inu riun	Stomach ache
Ipa ere sisa	Track (racing)
Ipa ọna	Path
Ipa ọna	Route

Yoruba	English
Ipa ọna	Track (pathway)
Ipade	Meeting
Ipaniyan	Murder
Ipanu	Snack
Ipele ọwọ	Handbag
Ipese silẹ	Reservation (reserving)
Ipẹtẹlẹ	Downhill
Ipinu	Opinion
Ipo ẹyin	Back (backward position)
Iporuru	Pressure
Irawo	Star
Irẹsi	Rice
Irin	Metal
Irin ajo	Trip (expedition)
Irin ẹrọ	Nut
Irin iṣẹ	Tweezers
Irinṣẹ iyaworan	Camera
Iriri	Experience
Irisi	Shape
Irọ	Lie (falsehood)
Irọlẹ	Evening
Irora	Pain
Irọri	Pillow
Irọwọ aṣọ ide	Band-Aid
Iroyin	News
Iru	Type
Iru (dun)	Kind (sweet)
Irun	Hair
Irun gigẹ	Haircut
Isalẹ	Bottom (on bottom)
Isalẹ	Down
Iṣan	Muscle
Iṣana	Matches (matchbox)
Isare	Jogging
Iṣẹ	Job
Iṣẹ	Work

Yoruba	English
Iṣe ibalopọ	Sexism
Iṣẹ iwe	Paperwork
Iṣẹ ọna	Crafts
Iṣẹ ṣiṣe	Contract
Iṣẹju	Minute (moment)
Iṣẹju aya	Second (moment)
Isin	Service
Isinmi	Holiday
Isinmi	Holidays
Isinmi	Vacation
Iṣiro	Account
Isisiyi	Now
Isududu	Cloud
Isuna	Bill (bill of sale)
Ita	Outside
Itage	Theater
Itan	History
Itan	Story
Itọjọ ara	Cream (treatment)
Itoju akọkọ	First-aid kit
Itoni	Compass
Itọsọna	Direction
Itumọ	Translation
Iwaju	Before
Iwe	Book
Iwẹ	Bath
Iwẹ	Shower
Iwe idanimọ	ID card
Iwe igbawole	Boarding pass
Iwe ikọwe	Notebook
Iwe iroyin	Newspaper
Iwe nọmba ẹrọ agbeka	Phone book
Iwọ	You
Iwọ	You
Iwo orun	West
Iwọ orun	Sunset

Yoruba	English
Iwọle	Entry
Iwọn	Size (extent)
Iwọn	Weights
Iwọn (ojọ)	Degrees (weather)
Iwon didara nkan	Quality
Iwọn ere sisa	Speed (rate)
Iwọn gbigbona	Temperature (degrees)
Iwọn wuwo	Weight
Iwonba	Few
Iwọnba	Little (few)
Iya baba/iya mama	Grandmother
Iya iyawo/iya ọkọ	Mother-in-law
Iyan sẹnu iṣẹ	Appointment
Iyanu	Wonderful
Iyari/iyarun	Hairbrush
Iyarun	Comb
Iyatọ ninu akoko	Time difference
Iye	Value
Iye owo	Price
Iyẹn	That (one)
Iyepẹ	Sand
Iyọ	Salt
Ja lole	Rob
Jade	Go out
Jade/ona abajade	Exit
Jagunjagun	Military
Jamba	Crash
Jẹ	Be
Jẹ	Eat
Jẹ gbadun/ igbadun	Enjoy (enjoying)
Je igbadun	Have fun
Jẹbi	Guilty
Ji	Steal
Ji	Stolen
Ji	Wake (someone) up
Jigi	Mirror

Yoruba	English
Jigi iwo	Lens
Jigi orun	Sunglasses
Jina	Far
Jinlẹ	Deep
Jita	Guitar
Jiyan	Argue
Jo	Dancing
Joko	Sit
Joko/ijoko	Seat
Jona	Burn
Ka	Count
Ka	Read
Ka'bọ	Welcome
Kabamọ	Regret
Kadi	Cards (playing cards)
Kadi fun akọjiṣẹ	Postcard
Kadi owo	Credit card
Kan ṣoṣo	Only
Kanga	Well
Karoti	Carrot
Kẹkẹ	Bicycle
Kẹkẹ	Bike
Kẹkẹ	Motorbike
Kẹkẹ	Wheel
Kẹkẹ	Wheelchair
Kekere	Small
Kẹlẹkẹlẹ	Quiet
Kere	Little (tiny)
Kere	Tiny
Keresimesi	Christmas
Kika	Quick
Kikun (igbokun)	Painting (canvas)
Kikun (ti awo ran)	Painting (the art)
Kilọ fun	Warn
Kilo kan	Kilogram
Kini	What

Yoruba	English
Kọ	Learn
Kọ	Refuse
Kọ	Write
Ko ṣe ṣe	Impossible
Ko si fifa efin	Nonsmoking
Kọa/yege	Pass
Kodara	Unfair
Kọfi	Coffee
Kọinsi	Change (coinage)
Koko	Cocoa
Kokoro	Bug
Kokoro	Virus
Kọkọrọ	Key
Kọmputa	Computer
Kọmputa ti ẹsẹ	Laptop
Koniṣuga	Soda
Kọọ	Build
Kọọ	Stop (avoid)
Kootu	Coat
Koriko	Grass
Kọrin	Sing
Koro	Bitter
Koṣeemani	Necessity
Kosi nkan	Nothing
Ku	Dead
Ku	Die
Kukisi	Cookie
Kun	Fill
Kun	Full
Kuru	Short (low)
Kurukuru	Rash
Laarin	Between
Labalaba	Butterfly
Labẹ	Below
Lae	Never
Lagidi	Stubborn

Yoruba	English
Lai le ṣe nkan	Disabled
Laipẹ	Recently
Laipẹ	Soon
Laisi	Without
Lalẹyi	Tonight
Lapapọ	Together
Lasan	Ordinary
Lati	From
Lati	Since
Le	Hard (firm)
Le/lagbarẹ	Strong
Lẹẹkan	Once
Leesi	Lace
Lẹgbẹ	Beside
Lẹhin	Behind
Lẹmeji	Twice
Lẹmọni	Lemonade
Lewu	Dangerous
Lẹyin	After
Lọ sọdọ	Towards
Lọ/gbe nkan lọ	Transport
Lọfẹ	Free (no cost)
Lohun	There
Loke	Above
Lọọra	Slow
Lọrọ	Rich (prosperous)
Lọrọ	Wealthy
Lọwọrọ	Cool (mild temperature)
Lọwọrọ	Warm
Lu	Ring (bauble)
Lu	Ring (ringing)
Luwẹ	Diving
Magasini	Magazine
Majele	Poisonous
Makirowefu	Microwave
Malu	Cow

Yoruba	English
Mama/iya	Mother
Mausu	Mouse
Meji	Two
Melo/elo	How much
Mimọ ore	Grateful
Mo	Clean
Mọ	Know
Mọ	Pure
Mọra/mọlẹ/fun	Light (pale)
Mu	Drink (cocktail)
Mu	Drink
Mu (nkanmimu)	Drink (beverage)
Mu luro	Rip-off
Mu ti yo	Drunk
Mu wa	Bring
Mu/fi ipa mu	Arrest
Muni lati ni ibalopọ	Sexy
Ngbona	Temperature (feverish)
Ni	At
Ni	Have
Ni asopọ	On
Ni awun	Selfish
Ni ilọra	Slowly
Ni ipamọ	Safe
Ni iwaju	In front of
Ni kikun-akoko	Full-time
Ni ofinkin	Have a cold
Ni ominira	Free (at liberty)
Ni tutu	Raw
Nibi/ibiyi	Here
Nibo	Where
Nigba gbogbo	Always
Nigbaju	Ahead
Nigbawo	When
Nikan	Alone
Nikan/ẹnikan	Single (individual)

Yoruba	English
Nilara	Uncomfortable
Nilo	Need
Ninu	In
Ninu	Inside
Ninu	Within (until)
Ninu ọkọ	Aboard
Nipa	About
Nipọn	Thick
Nisisinyi/nisiyi	Present (now)
Nitori	Because
Nka	Reading
Nkan	Piece
Nkan	Something
Nkanju	(be) in a hurry
Nla (iyanu)	Great (wonderful)
Nọmba	Number
Nọmba ifowopamọ	Bank account
Nọọsi	Nurse
Nṣiṣẹ	Busy
Numba yara	Room number
O le ṣe	Can (have the ability)
O ṣoro	Difficult
O tito	Enough
O won	Expensive
ọba	King
ọbẹ	Knife
ọbẹ	Soup
Obi	Parents
ọdẹ/ọdẹdẹ	Aisle
Odi	Negative
Odidi	Lump
Odikeji	Across
Odiwan Oke	Mountain range
Odiwon	Conditioner (conditioning treatment)
Odo	River

Yoruba	English
ọdọ	Young
Odo iwẹ	Pool (basin)
Ododo	Flower
ọdun	Year
ọdunkun	Potato
Ofin	Law (edict)
ọfun	Throat
Ofurufu	Sky
ọgba	Garden
ọgbẹni	Mr.
ọgbọrọ ero	Crowded
ọgẹdẹ	Banana
ọgọrun	Cent
Ogun	Medicine (medicinals)
Ogun	Pill
Ogun	War
Ohun	Voice
Ohun elo/elo	Ingredient
Ohun idana	Stove
Ohun ifọyin	Toothpaste
Ohun orin	Rhythm
Ohun ọṣọ	Jewelry
Ohun ọṣọ ile	Furniture
Ohun ti a fi n lẹ nkan	Glue
Ojo	Rain
ọjọ	Date (specific day)
ọjọ	Day
ọjọ ibi	Birthday
ọjọ iwaju	Future
ọjọ ori	Age
ọjọ to ṣe pataki	Date (important notice)
Ojojumọ	Daily
Ojojumọ	Diary
Oju	Eyes
Oju	Face
Oju ewe	Page

Yoruba	English
Oju ojo	Weather
Ojulowo	Original
Ojuna/ona	Road
okan	Heart
Oke	Hill
Oke	Up
Oke okun	Overseas
Oke/ibi giga	Uphill
Okini (ran)	Needle (stitch)
Oko	Farm
oko	Bus
oko	Car
oko	Husband
oko	Tram
oko	Van
oko	Truck
oko afayafa	Train
oko ajo	Cruise
oko jiipu	Jeep
oko ofururufu	Airplane
oko oju omi	Boat
oko oju omi	Ship
oko ti inu omi	Motorboat
okookan	Each
Okun	Beach
Okun	Rope
Okun	Sea
Okun irin	String
Okun isoni mo aga	Seatbelt
okunrin	Man
Okuta	Stone
ola	Tomorrow
Ole	Thief
ole	Lazy
Ole jija	Robbery
Olidari	Leader

Yoruba	English
Ololufẹ	Date (companion)
Olongbo	Cat
ọlọpa	Police
Oloriire	Lucky
ọlọrun	God (deity)
Olubori	Winner
Oluduro	Waiter
Olufẹ han	Toaster
Olukọ	Teacher
Olukọ/akọwe	Writer
Olukọle	Builder
Olumẹrọ	Operator
Oluse	Cook
Oluwanjẹ	Chef
Oluyika	Cyclist
Omi	Water
Omi adagun	Lake
Omi ẹrọ	Tap water
Omi gbigbona	Hot water
Omi iwẹ	Swiming pool
Omidan	Miss (lady)
Omiran	Another
Omiran	Other
ọmọ	Child
ọmọ ika ẹsẹ	Toe
ọmọ ile iwe	Student
ọmọ kekere	Baby
ọmọ ọkunrin	Son
ọmọ ọmọ obirin	Granddaughter
ọmọ ọmọ ọkunrin	Grandson
ọmọbinrin	Daughter
ọmọbirin	Girl
Omodekunrin	Boy
Omu ọpọlọ da ni	Sensible
ọna	Way
ọna jinjin	Remote

Yoruba	English
ọna kan	One-way
ọna-abawọle (papa)	Gate (airport)
Oni	Today
Oni sayẹnsi	Scientist
Onikaluku	Everyone
Oninkan	Owner
Onje	Grocery
Ontẹ	Sign (signature)
Ookan	One
ọọna	Pedestrian
Oosi	Left (leftward)
Opin	End
Opin ọsẹ	Weekend
ọpọlọpọ	Many
ọpọlọpọ	Several
ọpọlọpọ igba	Often
Oponu/ọdẹ	Idiot
Opopona	Highway
Opopona	Mainroad
Opopona	Street
Opurọ	Liar
ọrẹ	Friend
ọrebirin	Girlfriend
ọrekunrin	Boyfriend
Ori	Head
Ori fifọ	Headache
Ori oke	Mountain
Oriire	Luck
Orilẹ ede	Country
Orin	Music
Orin	Song
ọrọ	Word
ọrọ isẹ (kaadi onisowo)	Deal (card dealer)
Ororo	Oil (oily)
Oru	Heat
Oru ọganjọ	Midnight

Yoruba	English
Orukọ (mọnika)	Name (moniker)
Orukọ baba eni	Name (surname)
Orukun	Ankle
Orukun	Knee
ọrùn	Neck
Orun	Sun
Orun didun	Deodorant
Orun nran	Sunny
Orun pafumu	Perfume
Orungbẹ	Thirsty (parched)
Osa	Ocean
ọsan	Orange (citrus)
ọsan gangan	Midday
ọsan gangan	Noon
Osan wẹwẹ	Lime
ọsẹ	Week
ọsẹ	Soap
ọsẹ ifọrun	Shampoo
Oṣe ṣe	Possible
Oṣelu	Party (political)
Oṣelu	Politics
Oṣi	Poverty
ọsinmi	Kindergarten
Oṣiṣẹ ọlọpa	Police officer
Oṣu	Month
ọti	Beer
ọti	Rum
ọti	Wine
ọti kikan	Vinegar
ọti lile	Alcohol
ọti ti kole	Soft-drink
ọtunla	Day after tomorrow
Oujẹ	Diet
Oun	He
Oun	It
Oun a ṣe lọsọ	Package

Yoruba	English
Oun ate jiṣẹ	Mail (mailing)
Oun atijọ	Ancient
Oun atijọ/to ti pẹ	Antique
Oun didun didun	Chocolate
Oun ẹlẹgẹ	Fragile
Oun eso ounjẹ	Lettuce
Oun gangan	Main
Oun idaduro	Plug (stopper)
Oun iṣẹda	Planet
Oun jijẹ didun	Candy
Oun lila lẹmọni	Lemon
Oun mimu elerinddodo	Juice
Oun mimu eleso	Cider
Oun ogbin	Plant
Oun ti a fi nsi igo	Bottle opener (beer)
Oun ti a fi nsi igo	Bottle opener (corkscrew)
Oun ti a fi ọwọse	Handmade
Oun ti eniyan gbagbọ	Relic
Oun titẹ	Keyboard
Oun to dẹkun irora	Painkiller
Oun to yẹ	Right (appropriate)
Ounjẹ	Food
Ounjẹ	Meal
Ounjẹ alẹ	Dinner
Ounjẹ ọsan	Lunch
Ounjẹ owurọ	Breakfast
Ountẹ	Stamp
Owo	Business
Owo	Cash
Owo	Cash (deposit a check)
Owo	Credit
Owo	Money
ọwọ	Hand
Owo ẹran	Castle
Owo ẹyọ	Coins
Owo ifipamọ	Deposit

Yoruba	English
Owo ọkọ	Fare
ọwọ ọtun	Right (rightward)
Owo ọya	Wage
Owo sisan	Payment
Owo ṣiṣe	Trade (trading)
Owu	Cotton
Owu	Wool
Owurọ	Morning
Oyatọ	Different
Oyi nkọ	Dizzy
Oyin	Honey
Pa (jeji)	Off (strange)
Pada wa sile	Return (homecoming)
Padanu	Lose
Pade	Meet
Pajawiri	Emergency
Pajawiri	Urgent
Pakẹti	Packet
Pamọ	Protect
Pana idana	Frying pan
Pangolo	Can (aluminium can)
Panilara	Hurt
Panilerin	Funny
Panu	Pan
Panu amohundun	Saucepan
Papa iṣere	Stadium
Papa ofurufu	Airport
Papọ	Both
Pari	Finish
Pariwo	Loud
Pariwo	Noisy
Pariwo	Shout
Parọọ	Change (pocket change)
Paṣẹ	Order
Pasipọtu	Passport
Pe	Call

Yoruba	English
Pe	Invite
Pe e lori ęrọ ibanisọrọ	Call (telephone call)
Pęlębę	Flat
Pęlu	Also
Pęlu	And
Pęlu	Too (additionally)
Pęlu	With
Pęlu ilana ęsin	Religious
Pęlu/fi kun	Included
Pępęyę	Duck
Pętiro/epo	Petrol
Pin (pin kiri)	Share (sharing)
Pin arabirin	Share (allotment)
Pin si isori	Class (categorize)
(A) Pọ	(A) Lot
Pọju	Too (excessively)
Pọkuu	Cheap
Pọtu	Pot (kettle)
Pọun	Pound (ounces)
Pulọmu	Plum
Pupa	Red
Ra	Buy
Raja	Shop
Ran	Send
Ran	Sew
Ran lọwọ	Help
Rara	No
Rara	None
Rara	Not
Rę	Sick
Rę	Tired
Rę/su	Tire
Relę	Low
Relę/kere	Less
Ręrin	Smile
Ręwa	Beautiful

Yoruba	English
Rẹwa/ danilọrun	Handsome
Ri	See
Rin	Go (walk)
Rin	Walk
Rin irin ajo	Travel
Rin irin ajo/ṣa bẹwo	Tour
Rin rin	Humid
Risipiti	Receipt
Roboto	Pie
Roboto	Round
Roni lara	Painful
Ronu	Think
Rorun	Easy
Rọrun	Simple
Run	Smell
ṣaarẹ	Ill
Saladi	Salad
Salimọni	Salmon
Salubata	Sandal
San	Pay
Sanra/ọra	Fat
Sare	Run
ṣawuyewuye	Complain
Sayẹnsi	Science
ṣe	Do
ṣe	Make
ṣe ayẹwo	Review
ṣe dada	Present (treat)
Se dede	Perfect
ṣe eto	Prepare
ṣe itoju	Care for
ṣẹ jade/ wu jade	Spring (prime)
ṣe pataki	Important
ṣe tan	Ready
Ṣe tan	Already
ṣe/peṣe	Produce

Yoruba	English
şeleşe	Sprain
şere	Play (strum)
şere itage	Play (theatrical)
şeşe	Injury
Si	More
Si	Per
Si	To
şi	Open
Si imuşe	Performance
Si ogorun	Per cent
Si win	Crazy
Sibe	(Not) yet
şibi	Spoon
şibi	Teaspoon
Siga	Cigar
Siga	Cigarette
Siliki	Silk
Sinmi	Relax
Sinmi	Rest
Sisosi	Scissors
Sisu	Steak
So	Say
So mo/somora	Hug
So/sofun	Tell
şofo	Empty
Soketi	Plug (socket)
şokoto penpe	Shorts
Sonu	Lost
Soro	Spoke
Soro	Talk
şowon	Rare (unique)
şowon (leyin)	Rear (behind)
Su	Bored
Su dudu	Cloudy
şu dudu	Dark
şubu/işubu	Fall (falling)

Yoruba	English
ṣuga	Sugar
ṣugbọn	But
Sumọ	Near (close)
Sumọju	Nearest
Sun	Lie (lying)
Sun	Sleep
Sunmo	Close (closer)
Ta	Sell
Ta (to yatọ)	Sale (special)
Taaba	Tobacco
Tabi	Or
Tabili	Table
Tani	Who
Tẹle	Follow
Tẹle	Next (ensuing)
Tẹle/ipa ọna	Trail
Temi	My
Tete	Early
Tete	On time
Tẹtẹ	Bet
Ti	Close
Ti	If
Ti	Lock
Ti	Push
Ti	Shut
Ti a fi ewe ṣe	Herbal
Ti ko tọ	Wrong
Ti o yẹ	Positive
Ti omi kole wọ	Waterproof
Ti tẹlẹ	Last (previously)
Ti wun ni	Interesting
Tii	Tea
Tiju	Shy
Tikẹti	Ticket
Tirẹ	Her (hers)
Tirẹ	His

Yoruba	English
Tirẹ	Your
Tirin	Thin
Tisalẹ	Bottom (butt)
Tita owori	Sales tax
Titi	Until
Titi lai	Forever
Titi pa	Closed
Tiwa/tiwantiwa	Our
Tiwọn	Their
To darajulọ	Best
Tọ sọna	Direct
To sori ila	Queue
Tobi	Big
Todun	Sweater
Tolotolo	Turkey
Tosi	Poor
Tu sọ lori rẹ	Recomment
Tumọ	Translate
Tun	Tasty
Tunṣe	Repair
Tuntun	New
Tutu	Cold
Tutu	Fresh
Tutu	Wet
Twa ni titi	Locked
Wa	Arrive
Wa	Come
Wa	Drive
Wa	Surf
Wa nkan	Look for
Wa ọkọ	Go (drive)
Wakati	Hour
Wara	Milk
Wara didi	Ice cream
Warankasi	Cheese
Wẹ	Swim

Yoruba	English
Wiwu	Swelling
Wo	Look
Wo	View
Wo	Watch
Wọ	Wear
Wọle	Enter
Wọn	Cost
Wọn	Rare (exotic)
Wọn/iwọn	Weigh
Wulo	Useful
Wura	Gold
Wuwo	Heavy
Ya	Borrow
Ya	Rent
Ya aworan	Take photos
Yalẹnu	Surprise
Yan	Choose
Yan	Decide
Yanjẹ	Cheat
Yapa	Depart
Yara	Fast
Yara	Room (chamber)
Yara idana	Kitchen
Yara iduro	Waiting room
Yara ikawe	Library
Yara isẹ	Office
Yara itaja	Shop
Yara iyipada	Changin room
Yara meji	Double room
Yara ti a sun	Bedroom
Yasọtọ	Seperate
Ye	Understand
Yẹri	Skirt
Yin	Shoot
Yinyin	Snow
Yipada	Change

Yoruba	English
Yipada	Recycle
Yipada	Turn
Yiyin	Ice
Yiyọ	Cream (creamy)

Made in the USA
Columbia, SC
04 February 2021